I0455076

The Dove Files

(Second Edition)

by
Mike Portes

Author of the viral short story, **"Minsan May Isang Puta"**

"The Dove Files", has endeavored to pay forward to a
most deserving scholar of Project Malasakit and
assist in funding the full recovery of Definitely Filipino's
baby Mark, who successfully had a liver transplant in 2012.

"The Dove Files" continues to pay forward
the royalties of each purchase to bless
a third beneficiary in Divina Da-oyan,
who has been a Project Malasakit
scholar since she was in High School.
She is a shy but intelligent Mangyan child in Mindoro,
who graduated from High School in March 2013.
Divina is currently enrolled in an IT course.

Cover art by Betty Abrantes

Back cover feature : Jon Jaylo's "The Successor"
Inside pages art : Karlo Barriga
unless otherwise specified

Published and printed in USA by **Tatay Jobo Elizes**
All Rights Reserved. No part of this book may be reproduced or
transmitted in any form or by any means without written permission from
the author.

First published in 2012
Second Edition in 2014

Printed in Charleston, SC
U.S.A.

Dedication

To my children **Miji**, **Maki** and **Soleil**, the greatest of blessings;
To **Frank**, I now know why it never worked with anyone else;
To my dear **parents**,
whom I have misunderstood through the years
but never faltered in their love and support;

This is also for all my great friends instrumental to my second wind-
Coy Bastida, Kid Advincula, Rojhie Magdamit, Clarence Ortiz, Ted Aquino
and Yvonne Lopez
my dearest batchmates and sisters in the
U.P. Sigma Alpha Nu Sorority specially,
Atty. Chris Carpio-Mintu, Atty. Val Hollero, Neri Olemos;
Veron Young, Abby Acosta, Dr. Gwen Dy-Agra, Aiza Caparas,
Rons de Guzman, Armi Co, Faith Abaño, Atty. Amifaith Fider;
my fraternity brothers
Cyr de Imus, Dennis Anacin, Roger Cuan, Chuck Tiu and
Capt. Geeboi Piamonte;

most of all to
God,
for the undeniable unconditional love and
mercy that I had been blessed with, regardless of my transgressions.

Acknowledgment

My sincerest thanks to the passionate art of
fellow Definitely Filipino Admin **Karlo Barriga**, for the beautiful pieces
he made for the pages;
Social Illusionist **Jon Jaylo** for allowing his oil painting
"The Successor" grace my back cover
and
to my good friend, a sister in advocacy and passion-
Ms. **Betty Abrantes** of Abrantes Design;
Thank you Hubo Productions specially to Directors **Will Fredo** and **Sarah Roxas**
for the opportunity to print the movie stills and screenplay
also
To Tatay Jobo Elizes,
for enabling the hesitant author in me to come out with my first solo book.

Thank you Peyups.com,
Definitely Filipino's Ben Totanes and to GetRealPhilippines.COM
for giving my passion an online home over the years.

The Author

Amateur writer **Mike Portes**
is a mother, a wife,
a daughter,
a woman.

Passion is art and service.
Travels when I was as an airline crew
greatly influenced my perspective for
my passions and upon retiring from the
aviation industry, the internet enticed me.
Born out of this constant tryst is a project
I spearheaded with my sisters from the
U.P. Sigma Alpha Nu Sorority, which is the showing of Eve Ensler's
"The Vagina Monologues" in 2001 at the Music Museum and for an SRO crowd at
the University of the Philippines Los Baños campus. The event generated a good
amount to jumpstart my sorority's endeavors and to benefit Women's Crisis Center,
an NGO based in Quezon City, Philippines catering to abused women.

The coordination and solicitation for the project was facilitated solely through the
world wide web. Inspired by this endeavor, the internet has been utilized as an
instrument of service ever since.

Life's centerpiece is that there is no political or religious solution
to a spiritual problem.
"Minsan may Isang Puta", first written and published online in 2004 at Peyups.com is
an allegory that is meant to evoke and invoke. Its first international print was in
Tatay Jobo Elize's "Writings 8", a paperback collection available at Amazon.com. Each
purchase helps in giving piglets to deserving rural families in the Philippines.
From then on, I chose to submit my gift of writing to serve and hopefully, as Project
Malasakit rallies: "Change the world, one child at a time."

My first sole authored book, "The Dove Files", endeavors to pay forward. My royalties
from the sale of the initial 150 copies went to a Project Malasakit scholar who graduated
Cum Laude in April 2013, the rest was paid forward to baby Mark who underwent a
liver transplant in March 2013.

The royalties of the succeeding prints go to a deserving Mangyan scholar who despite
having been laughed at and nicked as "Taong-bundok", prevailed and is now taking a
course to be a teacher soon. Updates on the proceeds of the sales are posted at the
"Minsan may Isang Puta" Facebook page (www.facebook.com/minsan.may.isang.puta).

Passion is also vented at my web design and corporate branding business of ten years,
www.newmediaph.com. The online business was featured in Entrepreneur Magazine's
March 2005 edition, at Channel Net 25's "Openline" in 2006, ABS-CBN's "Bandila" in
2009 and at the L.A. based "The Manny Calpito Show".

I sincerely believe that God made all these happen so that I may be an instrument of His grace.

Vance Havner says, "God uses broken things. It takes broken soil to produce a crop, broken clouds to give rain, broken grain to give bread, broken bread to give strength. It is the broken alabaster box that gives forth perfume."

Philippians 2:13
"For it is God who works in you to will and to act according to His good purpose."

The Publisher

Tatay Jobo writes:
"..mere dole-outs without recycling are not conducive to prosperity..."
Donors, volunteers, workers, helpers, coordinators and implementers "connected by an idea, convinced that through the piglet dispersal concept, each can contribute towards economic and cultural change in the lives and character of our sister and brothers in the Philippines and other countries that adopt" the original Filipino concept of the Piglet program.

Giving a piglet to one family and require the recipient families to give back piglets after a year benefits other recipient-families.

Publisher and author Tatay Jobo Elizes, is a pen name, born in Manila, Philippines, in 1934, finished B.S.Electrical Engineering, Mapua Class 1957, and MBA-Senior Executives Program, Ateneo Class 1977, worked as electrical engineer in several companies, then ran his own business, and finally emigrated to USA in 1990.

The Book

Self-published & printed in USA by Tatay Jobo Elizes with Author's permission using Print-On-Demand System (POD) and Kindle Edition. Tatay Jobo Elizes is a Self-Publisher in USA. Published July 2012 under the following ISBN numbers:
ISBN-13:978-1477431856 , ISBN-10:1477431853

Disclaimer: Views expressed by the author are hers alone. Tatay Jobo Elizes does not knowingly publish false information or commit copyright infringement having been given explicit permission to publish this book. Tatay Jobo Elizes may not be held liable for the views of the author exercising her right to free expression.

Contents

PART 2:
The Second Wind

PART 3 :
Ang Bata sa Dilim

in Taglish

"Ignorance is bondage, because like mind, like man.
A man without will of his own is a man without personality.
The blind who follows other's opinion is like a beast led by a halter."

- excerpt from "Letter to the Women of Malolos" of Dr. Jose P. Rizal (English translation)

PART 1:
Ang Kalapating mababa ang lipad

Prostitution is not unique to our country but what is unique
to our country is the hypocrisy at how we see the puta;
we boo the likes of these women yet we exalt the dirty rich.
We are disgusted with their kind to the extent that even the
word puta is a taboo, yet we put into office the corrupt and
adore the fake.

Chapter 1
Minsan May Isang Puta
2007 version

Tingin ng mga bobong kapitbahay ko, puta daw ako.
Nagpapagamit, binabayaran. Sabi nila, ako daw ang pinakamaganda
at pinakasikat sa aming lugar noon. Di ko nga alam kung sumpa ito,
dahil dito naletse ang kinabukasan ko.

Tara, makinig ka muna sa kwento ko, yosi muna tayo.
Alam mo, maraming lumapit sa akin. Nagkagusto at naakit.
Ang hirap pag lahat sa iyo, virgin eh. Tinanggap ko naman silang tao,
bakit kaya nila ako ginago? Hindi ko maintindihan ang mga nangyari
sa akin. Bukas palad ko naman silang pinakitunguhan, ni hindi ko nga
itinuring na iba. Iniisip ko na nga lang na kasi di sila taga rito kaya
siguro talagang ganoon.

Tatlong malilibog na foreigners ang nagpyesta sa katawan ko.
Sabi nila na-rape daw ako.

Sa tatlong beses akong nagahasa, ang pinakahuli ang di ko
makakalimutan. Parang maski di ko ginusto ang mga nangyari,
hinahanap-hanap ko siya. Kasi, ibang-iba ang hagod niya.
Umiikot ang mundo ko sa tuwing ginagamit niya ako.
May mga pagkakaton na nasusuka na ko sa mga nangyayari sa
aming dalawa. Parang 'pag humahalinghing siya, nararamdaman
ko na nalalason ako.. Gusto ko mang umayaw, hindi ko makuhang
humindi. Hindi ko din alam kung bakit. Ibang klase din kasi siya
mag-sorry eh, lalo pa at inalagaan niya ako at ang mga naging
anak ko.

Alam mo, parating ang dami naming regalo – may chocolates,
yosi at ano ka! May datung pa! Nakakabaliw siya! Alam kong
ginagamit niya lang ako pero pagamit naman ako nang pagamit.
Sa kanya namin natutunan mag-inggles, di lang magsulat ha!
Magbasa pa!

Nung kinasama ko siya, guminhawa buhay namin.
Sosyal na sosyal kami!

10

Ewan ko nga ba, akala ko napapamahal na ako sa kanya. Akala ko tuloy-tuloy na kaligayahan namin, yun pala unti-unti niya akong pinapatay.

Punyetang buhay! Sa dami ng lason na sinaksak niya sa katawan ko, muntik na akong malaspag. Ang daming nagsabi na ang tanga tanga ko. Palayasin ko na daw. Taon ang binilang bago ako natauhang makining sa payo. Iniisip ko kasi na parang di ko kakayanin na mawala siya sa akin... Sa amin! .

Sa tulong ng ilan sa mga anak ko, napalayas ko ang demonyo pero ang hirap magsimula. Hindi nga ako sigurado kung nabunutan ako ng tinik o nadagdagan pa. Masyado na kasi kaming nasanay sa sarap ng buhay na naranasan namin sa kanya, kaya eto nabaon kami sa utang. Lubog na lubog kami sa pagkakautang, kulang yata pati kaluluwa namin para ibayad sa mga inutang namin.

Nakakahiya man aminin pero hanggang ngayon, sa tuwing mabigat ang problema ko, siya ang tinatakbuhan ko. 'Yun nga lang, kapit sa patalim sabi nga nila. Para akong isang aso na nangagat ng amo, na bumabahag ang buntot at umaamo kapag nangangailangan.

Usap-usapan ako ng mga kapitbahay ko. May nanghihinayang, namumuhi at naaawa. Puta na kasi ang isang magandang katulad ko. Ang dating hinahangaan at humahalina ay nabibili sa murang halaga. Alam mo maski ganun ang mga nangyari sa akin, nilakasan ko pa rin ang loob ko. Kailangan makita ng mga anak ko, na masasandalan nila ako maski ano pang mangyari.

Maski ano pa ang sabihin ng iba, sinisikap namin na maging maganda ang buhay namin. Nag-aambisyon kami at nangangarap. Ayun, may mga anak ako na nasa Japan, Hong Kong, Saudi. Yung iba nag-US, Canada, Europe. 'Yung iba ayaw umalis sa akin. Halos lahat, wala naman silbi. Masaya daw sa piling ko, maski amoy pusali ako.

Sa dami ng mga anak ko na nagsisikap na tulungan ang kalagayan namin, siya din ang dami ng mga anak ko na nanamantala sa kabuhayan at kayaman na itinatabi ko para sa punyetang kinabukasan naming lahat. Eto na nga ang panahon na halos di na kami makaahon sa hirap ng buhay. Napakahirap dahil nasanay na kami sa ginhawa at sarap.

Alam mo, gusto ko na sanang tumigil sa pagpuputa kaso ang laki talaga ng letseng utang ko eh. Palaki pa ng palaki! Paano na lang ang mga anak kong naiwan sa aking puder? At paano na lang ang mga anak kong nasa abroad? Baka di na nila ako balikan o bisitahin man lang? Hindi na importante kung laspagin man ang ganda ko, madama lang ng mga anak ko ang pagmamahal ko. Malaman nila na ibibigay ko ang lahat para sa kanila.

Sa tuwing titingin ako sa salamin, alam ko maganda pa rin ako. Meron pa din ang bilib sa akin. Napapag-usapan pa din. Sa tuwing nakikita ko ang mukha ko sa salamin, nakikita ko ang mga anak ko. Tutulo na lang ang mga luha ko ng di ko namamalayan. Ang gagaling nga ng mga anak ko eh, namamayagpag kahit saan sila pumunta. Mahusay sa kahit anong gawain. Tama man o mali.

Sa dami ng mga anak ko, iilan lang ang may malasakit sa akin. May malasakit man, nahihilaw pa.

Mabigat dalahin para sa akin, ang katotohanan na ni minsan ay di kami naging isang pamilya. Halos lahat ng mga anak ko, galit sa isa't isa. Iilan ang gusto magtulungan, naghihilahan pa. Madalas kong itinatanong sa sarili ko kung naging masama ba akong nanay para magturingan ng ganito ang mga anak ko?

Kanino bang similya ng demonyo nanggaling ang mga anak kong maituturing mong may mga pinag-aralan pero nakakadama ng saya at sarap sa paghihirap ng kapatid nila? Di ko lubos maisip kung saan impiyerno nanggaling ang kasikiman ng ilan sa mga anak kong ito. Sila pa naman ang inaasahan kong magbabangon sa amin. Nakakabaliw isipin na natitiis nila ang kalagayan ng kanilang mga kapatid na halos mamatay sa hirap ng buhay. Parang di sila magkakapatid sa tindi ng pagkaganid at walang pagmamalasakit.

Ang di ko akalain ay mismong mga anak ko, ang tuluyang sisira sa akin. Kinapital ang laspag na ganda ko. Masaya sila sa mga nabibili nila mula sa pinagputahan ko. Buong angas nilang pinagyayabang ang mga pansamantalang yaman at ang kanilang hilaw na pagkatao sa mga makakakita at makikinig. Talaga bang nakakalula ang materyal na kayamanan at mga titulong ikinakabit sa pangalan?
Hindi ko maintindihan.

Minsan sa pagtingin ko sa salamin, ni hindi ko na nga kilala sarili ko. Dadating na naman ang pasko, sana maalala naman ako ng mga anak ko. Ilang linggo pa, magbabagong taon na. Natatakot ako sa taong darating. Ngayon pa lang usap-usapan na ang susunod na pangbubugaw sa akin. Gagamitin pa nila ang kahinaan ng mga kapatid nilang alipin sa kalam ng tiyan. Sa tagal ng panahong ganito ang sitwasyon namin parang eto lang ang sulok na gagalawan ko. Sana may magtanggol naman sa akin. Ipaglaban naman nila ako. Gusto kong isigaw:
"Ina ninyo ako! Pagmamahal nyo lang ang kailangan ko!"

Sensya na, ang haba na ng drama ko. Masisira na ang make up ko nito eh. Salamat ha, pinakinggan mo ako. Malaking bagay sa akin na nakausap kita. Ang tagal nating nag-usap, di man lang ako nagpapakilala.

Ay sorry, di ko nasabi pangalan ko.

Pilipinas nga pala.

NOTE:

Written in conversational Filipino, "Minsan may Isang Puta" is an allegroy that was first published in 2004 at Peyups.com in reaction to the "fiesta elections". The 2007 version is in response to the apathy and complete disregard of our kababayans to the worsening plight of our country.

"Minsan may Isang Puta" became viral in social networking sites with over **40,000 likes and shares** and has made it's rounds in blogs, forwarded emails and news-letters since 2004. It has also been studied in high schools and universities including U.P. Baguio, UST , Fatima, DLSU-Manila, Ateneo de Zamboanga and Pamantasan ng Lungsod ng Maynila for Filipino, PolSci and Theater 12 subjects.

The short story has been made available in the maiden issue of UAE's Mismo Magazine in 2011 and internationally on Kindle and on paperback in Tatay Jobo Elize's "Writings 8" at www.amazon.com since 2010. Each purchase of the paperback helps in giving piglets to deserving rural families in the Philippines.

"Minsan may Isang Puta" also won the film grant to be included in an Indie film "Ganap na Babae".

As of printing, the official Facebook page at www.facebook.com/minsan.may.isang.puta is over 13,000 strong in following.

The heart of an amateur writer and a reluctant author was blessed by a review of an awarded and widely published author in **Dr. Lester Edwin J. Ruiz.**
As posted at Facebook.com :

> No doubt a very powerful metaphor to describe Philippine reality. Equally important, a very powerful description of the experience/reality of life under patriarchy and kyriarchy. I do wonder what Mary Daly would say about the "use" of woman (especially of degraded woman-- "isang puta") as linguistic device to describe, in this instance, Philippine reality--the point being, such reference to "degraded woman" results in the legitimation of the "reference" itself. I don't want to "over read" the text. And the abrupt ending/turn to Pilipinas creates space that makes a powerful point that could suggest a turn to liberation (but which the story does not carry through). Still, there is some truth to what Mary Daly suggests (in Beyond God the Father, and others) that patriarchy has so thoroughly dominated reality that there is no place to turn except "beyond."
>
> And as she once said, intra ecclesia non salus est. Perhaps, a sequel to the story about a daughter who becomes a warrior who finally frees her mother from those who would have degraded her... would be a useful antidote to the logic of the story...

The response to the suggestion of Dr. Ruiz has been answered with the two sequels to the allegory that are in Chapter 5 and in Part 3 of this book.

From ats.edu: "Dr. Ruiz was a faculty member of New York Theological Seminary in New York City beginning in 1997, where he was professor of theology and culture. He became vice president for academic affairs and academic dean in 2006. Before NYTS, Ruiz was associate professor of political science at International Christian University, Tokyo, Japan, teaching courses in peace and world order studies, international relations, and politics and culture. A graduate in pastoral care and counseling from Ottawa University (Kansas), he holds the Master of Divinity with an emphasis on religion and society and the PhD in social ethics from Princeton Theological Seminary.

Ruiz is co-editor of four published works, including Re-Framing the International: Law, Culture, Politics, with Richard Falk and R.B.J. Walker. He has contributed numerous chapters to books and has been widely published in journals and other periodicals. He received an ATS Lilly Theological Research Grant and a Sohn Foundation Award for sabbatical research in 2005. He serves on the editorial committees of Alternatives: Global, Local, Political, the Journal of World Christianity, and Silliman Journal, is on the advisory board of Global Action to Prevent War in New York, and is on the board of the Foundation for Theological Education in South East Asia." (http://www.ats.edu/lester-edwin-j-ruiz)

He is currently the Director of Accreditation and Institutional Evaluation of The Association of Theological Schools.

Chapter 2
Rise from the debauchery, when?

I long to see the day when no Filipino will feel the
relevance of "Minsan may Isang Puta",
that long awaited moment when it no longer evokes a pain that
has fueled passionate prose and comments from its readers...

Princess **Maleiha Bajunaid Candao**,
writer, activist, grand daughter of Sultan Kudarat and founder of
Tabang Maguindanao Bayanihan :

"MINSAN MAY ISANG PUTA dared two things: it addressed the moral
and economic fibers of the Filipinos and second--it opened the moral
consciousness of the people on the REALITY of poverty in the country.
The story is not about sex nor prostitution but a truth that has to be
bared to understand the very truth of life in the Philippines.

If you read it further, it touches the soul of all mothers. The writer
showed the very clear reality that good mothers will "prostitute"
themselves for their children even forgetting the risks and consequences
they will face. Mothers are selfless but at the same time neglected. The
story also addressed the passiveness of most children to the sufferings
of their mothers.

The writer has effectively addressed the bias against the word "puta"
which is not mainly embodied in physical prostitution but in the moral
prostitution as well. It will inspire us to explore issues and not to judge
based on the perimeters of our religious and cultural background."

Edu**3695** at the Definitely Filipino blogsite :

""INA KONG PILIPINAS halos lahat ng kapitbahay mo ay pinagsamanta-
lahan din naman at ilang taon din naging puta pero umangat sa buhay
dahil sa disiplina na mga anak nila, sa tamang liderato ng mga panganay
nilang anak na hindi naging sakim at di pinagsamantalahan ang
sinamantalang inang bayan. INA KONG PILIPINAS minsan naiisip kong
sana pinagpatuloy mo na at hinayaan mong tuluyan ka nang kinupkop at
inaring tunay na pamilay nang huling nagnagsamantala sa iyo keysa
ganitong lahat ng mga punyetang panganay na anak mo eh lalong
nilaspag at ninanakawan ang sarili nilang magulang, paano ko ikukuwento
sa mga anak ko ang nangyari sa iyo INA KONG PILIPINAS. natatakot
akong baka isumbat nila sa akin na itay bakit nilayasan mo ang INA
MONG PILINAS, isa lang ang pwede kong ipaliwananag sa kanila, anak,
ang mga punyeta kong panganay na kapatid ay gahaman at ninikawan
ang INA KONG PILIPINAS natakot akong madamay kayo at magutom
kaya andito tayo sa malayo nating kapit bahay para mangamuhan at
makiamot ng unti nilang kayamanan."

Mj **Malinao** at the Definitely Filipino blogsite :

"Naluha ang aking mga mata sa liham na ito patungkol sa pagmamahal sa akin ng aking ina, Gusto kong humingi ng pasensya sa'yo aking ina.. Dito ako dinala ng aking mga paa, Estados Unidos ang ngalan nya sa mapa.

Isa sya sa mga nanamantala sa'yo, sa kagandahan at sumimsim ng iyong bango. Sya din ang nagbigay ng panandaliang ginhawa sa buhay mo.

Naandito ako sa piling nya, at parang gusto kong maniwala sa mga mabulaklak nyang salita, sa titig ng kanyang mga asul na mata..habang binibigkas nyang maging masipag ka lang ika'y giginhawa..

Ngunit sa sulok ng aking murang isip, di ba't ito'y modernong paraan ng pagpapaalila..ngunit ano ang aking magagawa! Kaylangan nya ang talinong sa aking Ina'y namana..

Lagi kitang naiisip aking ina, Sa munting paraan man lang na ito'y matulungan kita. Isa lang ang pangakong gusto kong panghawakan mo.. na sa piling mo ako muli'y dadako. Dala ko ang moral na sabi mo'y alagaan ko.

Nasasabik sa sariwang hangin at pagkaing hain mo. Ipinagmamalaki pa rin kita Inang bayan ko..
Di ko kakalimutang Pilipinas ang ngalan mo."

A**ldren Castro** at the "Minsan mat Isang Puta" Facebook page :

"Pinagmamalaki ka namin aming ina,naging kanlungan ka namin sa bawat malakas na pag-ihip ng hangin, sa bawat hampas ng unos. Iniiwan ka ng ilang kapatid ko, para madagdagan ang kalyo nila, alam kong naririnig mo ang panaghoy nila. huwag mo sanang isipin na walang silbi ang mga naiwan dito, sila ate at kuya kasi kinukuha ang pinagbilhan ko ng yosi at kendi, para daw sa gamot mo, pero bakit parang sa albularyo ka lang nila pinapatingin?

Kami kasing mga bunso mo natatakot din tanungin sila kuya, baka kasi pagalitan kami at paluin kami ng sinturon. Ina hihingi sana ako kay kuya ng pambili ng damit mo, pero mga retaso at basahan ang binigay niya sa akin. Kaya siguro ayun sila diko at sangko palihim pumapasok sa kusina nila kuya para kumuha ng makakain, masama yon di ba ina? kapag kasi nahuli sila ni kuya, hindi lang garote, suntok at sipa, madalas ipaparada sila sa liwasan para kutyain ng iba ko pang kapatid. Tama naman silang kutyain di ba ina? Huwag kang mag-alala ina nag-iipon ang mga bunso mo ng mamera, malaki na rin yon kung pagsasamasa-mahin namin, hindi lang namin alam kung ano ang uunahin, ang damit mo, ang pagkain nila diko at sangko, ang gamot mo, o ang pansapin namin sa paa, mahirap kasing magtrabaho ng nakayapak ka lang.

hay ina mukhang hindi pa pwedeng umuwi ang ibang kapatid ko, kapos na kapos pa tayo."

POLSCI 192 SECTION F12 class of the UNIVERSITY OF THE PHILIPPINES BAGUIO under Prof. Dina Marie Delias :

"The oppressor has changed its face that today, in the phantasmagorical sense, it has been perceived as an important partner of the country in pursuit of the most-prized development. The poem was able to deliver the vivid message with the use of a metaphor where it depicted the Philippines as akin to a courtesan that apparently inevitably prostitute itself fueled by the bulky undesirable circumstances- the diaspora, the illusory foreign trade, the ballooning external debts, etc. Written with powerful sensual words, it was able to arouse emotions and make its readers be moved."

Read the analysis at http://polsciplato.tripod.com/id3.html

Chester Ostonal at the "Minsan mat Isang Puta" Facebook page :

"Nakakapanghinayang ang naaksayang panahon nang inakala ng bawat Pilipino na ang pagbabago ay malapit nang makamit.Mahigit ng tatlumpong taon ang dumaan at karamihan sa mga nagmartsa at namahayag ng mga araw na yon ay siya nang namumuno o kung hindi man ay mayroong kakayahan na isakatuparan ang kanyang mga ipinahayag na... hangarin. Ngunit,tila yatang sila naman ngayon ang siyang humuhuthot sa yaman ng bayan na parang ang dinaanang pakikibaka ay isa lamang na panaginip. Minsan naiisip ko ang pagbabago ay makakamit lamang kung ito ang naisin ng bawat isang mamamayan.Walang sino mang isang tao o pangkat ang magdudulot ng pagbabago."

Christopher Enad at the "Minsan mat Isang Puta" Facebook page :

"minsan may isang puta... minsan bang naging puta ang atin bansa dahil sa maraming dayuhan ang nagpakasasa sa atin, o puta pa rin tayo dahil may mangilan-ngilang nagpapakasasa satin? o puta tayo dahil pinipili nating maging puta at wala tayong ginagawa habang may mga taong nagpapakasasa satin?"

A most interesting comment made in 2004 at Peyups.com courtesy of "Buzzman" :

"ina ka namin sa ngalan, anak mo ba kami sa laman? karugtong ng Luzon ang Ryuku. tsino po si Lucio. ang Cojuangco, bat may J at C na nakaipit sa OO? ah JC, hesukristong sugo, di ko mabilang ang Iglesiang sinaniban ng multo-deliryo. kailan lang ba tayo nagpalit ng alpabeto? ang dating daan po ay sinasambang emporyo. anong tumbok ko? nawawala kami sa sariling mga anak mo? at bakit? dahil sa kakadrama mo ng ganito. ang lupang sinilangan ko po, ay jigsaw puzzle na paborito ko. dine-deadma niyo, alaskado tuloy tayo ng mga siyentipiko..."

Basahin ang usapan ng anak at ng Ina sa
Chapter 4: "Ang pag-uumarte ng anak ng isang Puta"

Arman Gavino's "Ang Bespren ni Puta" :

"Oo, malaki ang utang na loob ko sa kanya kasi lagi nya akong pinag-tatanggol sa aking mga nagrerebeldeng mga anak. Binibigyan din niya ako paminsan-minsan ng mga pinaglumaang kagamitan na gamit para ipagtanggol ang aking tahanan sa mga magtatangkang mangga-gahasa uli sa akin. Kaya lang may kapalit pa rin iyon. "

Bong Bong Adallac :

"Aking ina...mayroon po akong nakilala...malayong kapitbahay mu siya.. sa kanyang mga kwento,nalaman kong nagkakaparehas kayo ng karanasan..kaya ako ay naging masigasig na malaman pa ang kanyang pinagdaanan..siya rin po ay ginahasa...niyurakan at inubos ang lahat ng bango..katulad po ng sinapit mo..ngunit lalo po akong nanlumo.. dahil iisa lang po gumawa sa inyo...yung nga lang,kung ikaw ay mahigit tatlong daang taon,siya ay apat na daang taon..

sumilay sa aking labi ang pekeng ngiti at malallim na buntung hininga ng malaman kong ang isang sariling anak nya ay ginawa rin sya alipin sa loob ng mahabang panahon...katulad rin po ng sinapit nyo... siya po si CUBA...

katulad na katulad ng sinapit nyo aking ina..ginahasa at ginawang puta...hindi pa nakuntento ibenenta at muling pinagsa-mantalahan..hanggang ngayon aking ina,lubog ka pa rin sa putik..ang masakit nga lang ay sariling mung mga anak ang lalong humihila sayo sa putikan..sila ay mga hayok sa pansariling interes lamang..gusto ko silang durugin ina..gustu ko silang sumbatan...gustu kong maramdaman ng iba kong kapatid ang hapdi na namamahay sa aking dibdib..ang poot na gustung sumambulat di lamang sa aking isip pati na rin sa puso kong puno na ng pighati..

Ina kong PILIPINAS..yun ang kaibahan mu kay kumare mung CUBA.. ang kanyang mga bastardong anak ay nagtulong tulong para unti unting maiangat ang kanilang ina...hindi katulad mo..hanggang ngayon ang aking mga kapatid pa rin ang sumasadlak sayo sa putikan..marami na akong kapatid na nakilala..lumayas din dahil galit kay kuya at ate... sa desyerto ni SAUD...lalo na sa lupa daw ng mga malaya kuno..sa lupa ni UNCLE SAM..sa EUROPA..marami ang nakakaintindi..ngunit marami rin ang ayaw intindihin..gustong tumulong ngunit nagtatanong kung paano..marami ang nagbibingihan at marami pa rin ang nagbu-bulagbulagan...sa akin rin po akin ina ay maraming katanungan..may mga kapatid akong gumamit ng dahas upang maiahon ka sa putikan.. marami ng beses..simula pa ng mga panganay kong kapatid na si ANDRES..nakakalungkot aking ina..akala ko ikaw ay ligtas na..bakit ngayon ito pa rin kami...kailangan pa ba ina ng panibagong dahas? ng panibagong himagsikan..nakakapagod na...pero kung ito ang tanging paraan aking ina..ay walang alinlangan na iaalay ang buhay para saiyo..mahal ka namin ina..kahit kami..ng mga bastardong kapatid ko..malayo sa iyong piling..napakasarap ng pakiramdam sa oras na muli nating pagkikita aking ina..PILIPNAS..

18

Joan Medrano :

"kung luray luray na ang laman ni inay tungkol sa kanyang pagpuputa sa ating iba't ibang tatay... bakit hindi natin pagtulungan na siya ay ibangon ng magkakapit ang ating mga kamay...mga kapatid sa lahat ng sulok ng mundo hindi dapat tayo madala sa daloy lamang ng isang musika...ating alalahanin ang sa ati'y nagkanlong ng mahabang panahon at nasa takdang oras na upang tayo ay kumilos at bumangon mula sa ating pagkakalulong sa isang pusaling dulot ng kahapon..."

Comment of Director Sarah Roxas during the New York screening of her award winning screenplay of "Minsan May Isang Puta" at "Ganap na Babae" (International title : Garden of Eve) :

"A mother was able to relate to the pains of Mercedes Cabral in the movie, the plight of Filipina women separated from their kids. "When she expressed her love to her kids in the audience, tears flowed" during the New York screening."

A thought provoking article by "Rafterman" at Antipinoy.com: "The History of The Philippines Just Keeps Repeating Itself" :

"For me, nothing could be farther from the truth. The Philippines and The Filipino people are not free and have undergone a pattern of perpetual subjugation that continues to this day. The people continue to suffer the fate of a vanquished people as the slavery of old just took on a new form."

Rad Diaz's poetic comment :

" I looked at the horizon and where it ends, beyond the horizon are dreams, the sunset cannot hide them away, not promises it brings, but on this shore was my heart molded, my strength was from its winds, my wisdom was what its forest heeded, its air is my next of kin. Temptation of a million dream, promises of inspiring hopes, but to a grateful heart it seems, just another trial to cope."

Heran de Sagun mula sa Pluma at Papel :

"Mahal,

Noong una kitang makita sadyang minahal na kita. Pinangarap kita sa umaga at gustong makapiling kapag dumidilim na. Mala birhen ang iyong ganda at hindi ko alam na ikaw ay magiging puta. May mga singkit mang pumorma sa iyo noong una, ngunit hindi ka nila nai-kama. Mas matikas nga lang siguro ako, mamula-mula ang mga labi at pisngi kya ako ang unang nagmay-ari sa'yo. Ikaw ay sariwang sariwa, inosente at di pa masyadong bihasa at naaalala ko pa noong tayo ay magkakilala hindi pa uso ang salitang puta. Hindi ka pa nila lubusang naaabuso at hindi pa laspag ang buo mong pagkatao.

Natatandaan ko noong araw na una kitang makilala, nang makita ka ng aking alalay mula sa malayo, kasama ko noon ang ilang tanyag at banal, idinaan kita sa dasal at nang manlaban ang mga nakapaligid sayo, dahil ayaw nila sa isang katulad ko, napilitan akong ipagtanggol ang sarili ko. Napatay ko ang ilan sa mga nagtanggol sayo at lumabas akong masama at katawa-tawa sa harap ng publiko.

Pero pinagsamantalahan man kita at ginamit ang iyong ganda, ngunit sa loob ko ay kahit papaano ay inibig din kita. Hindi nga lang ako naging tapat sa iyo sapagkat may iba pa akong mga kalaguyo. Pero minahal kita. Minahal kita bilang isang babae, bilang isang puta. Minahal kita kung ano ka at kung anong meron ka. Pinatunayan ko yan ng turuan ko ng magagandang asal ang iyong mga anak, nang papag-aralin ko sila sa mga pribado at katolikong paaralan, tinuruan ko silang mag-dasal at manalig sa Diyos, natuto rin silang magsalita ng katulad ko at maging dalubhasa sa mga propesyong alay ko sa inyo. Minahal ko ang mga bata pero hindi ko hawak ang kanilang mga isip. Mapangahas at mapanganib nga mag-isip ang mga anak mo at marahil ay nagmana sila sa iyo at hindi sa kung sino mang dayuhang gumamit saiyo.

Ngunit may ilan sa mga anak mo ang nagtangkang sirain ang ilang taon nating pagsa- sama. Gustong wakasan ang mga araw at gabi natin sa kama. Walang utang na loob sa akin, pero hindi ko ito isinusumbat sa iyo bilang isang ina. Alam kong hirap ka na rin sa kanila, kay buzzman at sa ilan mo pang anak na makikitid ang utak at mababaw ang pang-unawa. Anak mo ba siya kay Sam kaya ganyan siya mag-isip? Marahil ay dala lang ito ng matingding selos sapagkat alam kong naging karibal ko siya at umibig ka sa kanya at ako'y ipinagpalit mo pa.

Ang hindi ko lang matanggap ay kung bakit ayaw ng mga anak mo sa akin, samantalang nagkakandarapa silang pabalikin si Sam sa iyong piling. Hindi ibig sabihin na matangkad at malaki si Sam ay gaganda na ang buhay mo sa kanya. Puta pa rin ang tingin niya sayo at gagamitin ka lang niya at pagsasawaan. At tapos ano? Ikaw na naman ang sisisihin ng iyong mga anak kapag iniwan ka ni Sam dahil nakuha nya na ang gusto nya. Gagamitin ka lang niya at gagamitin lang niya ang mga bata! Mag-isip ka, hindi dayuhan ang maka- pagpapaganda ng buhay mo, hanggang may dayuhan puta ka pa rin sa tingin ng iyong mga anak, puta na pinag-sasamantalahan at pinag-sasawaan.

Sinasabi ko ang mga ito dahil minahal din kita, ako nga lang ang lumabas na katawa-tawa, ako ang masama, pero hindi mo maitatago sa akin na ako ang naka-una sa iyo at kung naging puta ka man ay dahil naging tayo, dahil sa akin ay natuto silang ibugaw ka sa kanila. Ikaw nga ay ginamit ko, ikaw ay pinagsawaan ko, pero ikaw ay inibig ko bilang isang perlas, bilang isang ina at bilang isang puta sa tingin nila.

Nagmamahal,
 Espanya"

Chapter 3

Artistry with social relevance

"Ganap na Babae" (International title : Garden of Eve)

"Minsan may Isang Puta" won a film grant to be included in an Indie film "Ganap na Babae" in 2010.

Director/screenplay writer Sarah Roxas together with distinguished directors Rica Arevalo and Ellen Ramos weaved together three short film screenplays to make a full length feature movie in Hubo Production's "Ganap na Babae" (International title : Garden of Eve).

"Ganap na Babae" was Cinemalaya 2010's opening film and was shown three times at Cultural Center of the Philippines from 2010-2011 due to public demand.

In 2011, the film won the MIENT'S PICK: Excellence in Cinematography Award and was among the best that received the Silver Woman trophy at the SoHo Film Festival in New York which recognized the technical mastery of the movie.

In January 2012, the National Commission for Culture and the Arts (NCCA) and the Office of the Philippine President announced that the women and men behind the movie are among 2012's ANI NG DANGAL (Harvest of Honor) 16 awardees.

The directors and producer received the trophies at the Malacañang Palace on February 28, 2012.

Chapter 4

Ganap na Babae
(Minsan may Isang Puta)
Shoot of Death

"Ganap na Babae" (International title : Garden of Eve) has already set a HISTORICAL TREND as the "THE FIRST" to qualify for the special privileges accorded to independent films under Memorandum Circular No. 07-2011 of MTRCB (Movie and Television Review and Classification Board) 17. The memorandum basically gives credit to movies that promotes Filipino excellence in the field of cinema.

TEAM PUTA:
Director/Screenplay: **Sarah Roxas**
DoP: **Myk Manalastas**
Producers/APs/LPs Combo:
Sher Bautista,
Ian Castanares
Olav Laurel

AD: **Regeene Ho**
2nd AD/ Script Con
Combo: **Ben Tolentino**

Sound: **Cedric Regino**
and **Kuya John**
Gaffer: **MR Munda**

Wardrobe/Make-up/
PD Combo: **Nicole Pastrano**
and **Lou Pette**

Grips: **Jimgiboys**
Team Hubo Puta Combo: **Gian Caluag**
and **Kuya John**

L-R: Director Sarah Roxas, writer) Mike Portes and actress Mercedes Cabral

Director Sarah Roxas was blessed to have no less than, Cannes regular Ms. **Mercedes Cabral,** to play the role of our "Puta".

Mercedes has been directed by no less than Cannes' best director Brillantes Mendoza and was touted as the Most Beautiful Woman in the 61st Cannes Film Festival besting the likes of Cate Blanchett, Penelope Cruz, Natalie Portman, and Salma Hayek. She also won as the Most Beautiful Actress of the 62nd Cannes Film Festival.

Personal message of Mercedes to writer Mike Portes :
"..."minsan may isang puta" na ang piiiinikamabigat at mahirap na nagawa ko emotionally..salamat sa pagsulat ng napagandang material.. as in 6 days after ng shoot,depressed tlga ako..dala dala ko pa rin ung character..galing ni sarah magdirect :) tuloy ka lang sa kakasulat :) maraming salamat!"

Photos: Ganap na Babae (Hubo Productions)

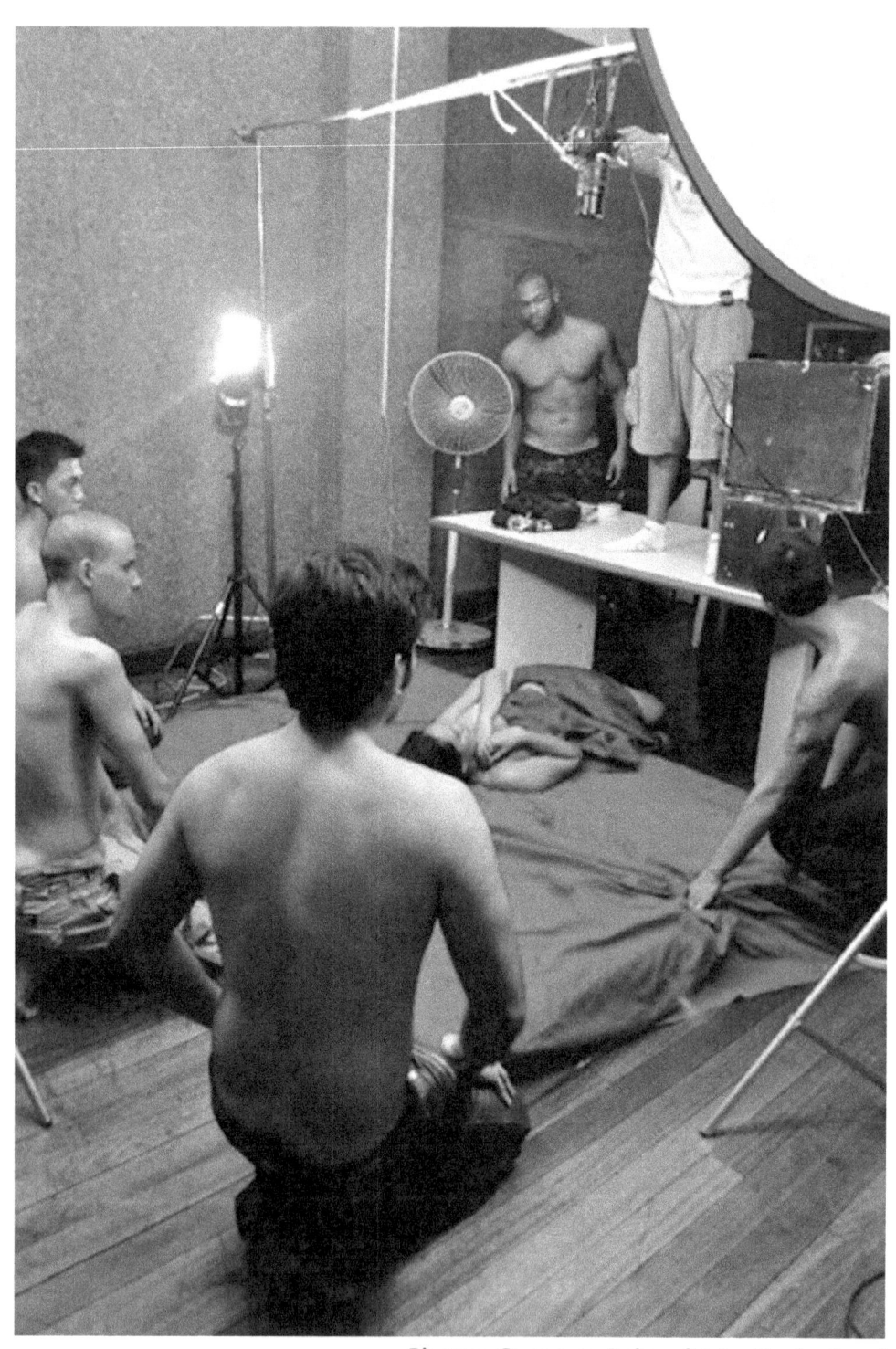

Photos: Ganap na Babae (Hubo Productions)

Photos: Ganap na Babae (Hubo Productions)

Photo: Ganap na Babae (Hubo Productions)

"PUTA"

SCENE SHOT TAKE

35   1   1

DATE: MAY 22 '10   SOUND
PROD. CO.: HUBO   CED
DIRECTOR: SARAH RO

Photos: Ganap na Babae (Hubo Productions)

Photo: Ganap na Babae (Hubo Productions)

The following are excerpts from the screenplay of "GANAP NA BABAE". The actual movie is slightly different due to artistic direction by Ms.Sarah Roxas and editing choices of Ms. Ellen Ramos.

GANAP NA BABAE
Screenplay by
Rica Arevalo, Ellen Ramos, Sarah Roxas
Based on 3 Short Stories
EOS, TWO SISTERS, MINSAN MAY ISANG PUTA

Edited by
Will Fredo and **Medwin Garcia**
HUBO Productions
hubo@hubo.asia
+63.917.520.4826

FADE IN:
EXT. EOS MANILA BAY - DAY 1 1
Makikita ang likod ng isang LALAKI at isang BABAE na magnobyo. Nakaupo sila sa isang bangko habang pinapanood ang bukang-liwayway.

SHOT. SILHOUETTE.
Nakaakbay ang lalaki sa babae, dahan-dahang hinihimas ang balikat nito.
Ang babae naman ay nakapatong ang ulo sa balikat ng lalaki.
Sa tabi nila, isang KALAPATI ang kumakain ng kung ano-anong basura sa sementong sahig.
Lumipad ito papuntang silangan.

CUT TO:
INT. BABAE SMALL ROOM - DAY 2 2
Iniilawan ng araw mula sa isang bintana, nakatayo ang isang BABAE na NANINIGARILYO. Tinitignan nito ang mga nagbubulongang KAPITBAHAY.

Isang KALAPATI ang dumapo sa may bintana. Pinanuod niya ito. Ang babae ay may edad na, mga kwarenta-singko na ito, naka pulang bestida, makapal ang makeup na kalat-kalat, at ang buhok nito'y magulo.
Isang VIDEOTAPE ang pinapasok sa VIDEO CAMERA.

Si JENG, isang babaeng mahigit bente anyos, simple lamang ang suot, T-shirt, jeans at sneakers. Nakaupo ito sa isang upuan kung saan inaayos nito ang camera na kinakabit sa tripod.
Sisilip ito sa viewfinder. Isang upuang walang nakaupo ang makikita nito.

JENG
Pwede na po tayo magsimula.
Haharapin ng babae si Jeng, pero hindi ito gagalaw sa tinatayuan, sasandal sa bintana, at tuluyang maninigarilyo.

BABAE
Para saan ba 'to? Ba't mo gustong
malaman ang buhay ko?

JENG
Gumagawa kasi po ako ng dokyu para sa TV.

BABAE
Dokyu?

JENG
Opo, nag i-interview po ako ng iba't ibang klaseng tao. Kanina po
isang taxi driver, isang MMDA, at isang drug addict.

Hihithit ng sigarilyo ang babae.

BABAE
Bayad?

JENG
Meron po, 'wag po kayo mag-alala.

Maglalakad si babae papunta sa upuan, dala-dala ang ASHTRAY.
Uupo ito, at titingnan ang camera.

BABAE
Sinundan mo ako?

JENG
Nakita ko po kayong naglalakad sa may kanto. Pinaghihiyawan kayo ng
mga kapitbahay n'yo eh.

Iniba ang usapan ni Jeng.

JENG (CONT'D)
Dito po talaga kayo nakatira?

BABAE
Minsan lang ako umuuwi dito.

JENG
Ay! Sandali lang..

Ipo-focus ang camera sa babae, magsu-zoom-in sa mukha nito,
pipindutin ang record button.

JENG (CONT'D)
Okay, tingin lang po sa camera.
Ano po ang trabaho nila?

Titingin sa bintana, maninigarilyo ang babae.
CUT TO:
EXT. SISTERS PROVINCIAL WATER SOURCE - DAY 3 3

Matindi ang init ng araw, nagliliyab.
Maririnig ang ingit ng poso ng tubig.
Maaaninag ang hugis ng isang taong nakasuot ng sombrerong
buri. Akyat-baba ang kanyang mga braso sa pagbobomba ng poso
ng tubig.

SHOT. CU.
Bunganga ng poso, wala pa ring tubig na lumalabas.
Umakyat-baba ulit ang mga braso.
Sa wakas, may tubig na dumaloy at dali-dali itong sinalo ng
palad at hinigop ng uhaw na uhaw na si MILAGROS.
Sunog ng araw ang mukha ng bente-siete anyos na dalaga.
Kinalong nito sa kanyang mga balikat ang MAHABANG KAHOY NA
MAY LALAGYAN NG TUBIG SA MAGKABILANG DULO.

Ingat na ingat na naglalakad si Milagros sa daang maalikabok.
Ingat na ingat na walang tumapong tubig. Sa katahimikan ng
tuyot na mga palayan, maririnig lamang ang hingal ni
Milagros.

CUT TO:
INT. BABAE SMALL ROOM - DAY 4 4
Hihithit uli ng sigarilyo ang babae. Nakangiti ito na parang
may iniisip na nakaraan.

BABAE
Isa kasi ako sa pinakamaganda dito dati.

JENG
Hanggang ngayon naman po eh! Kaya ko nga kayo sinundan.

BABAE
Dati 'yun, 'di na ngayon. Madami na d'yan pumalit sa trono ko.

JENG
Iba pa rin ang original.

Matatawa si babae habang pinapatay ang sigarilyo sa ashtray.

BABAE
Maganda yang mga banat mong ganyan ah. Gusto kita.

Titingin uli sa camera ang babae. Nakatitig lang.

BABAE (CONT'D)
Hindi sa hindi ako nagpapasalamat sa Diyos at binigyan n'ya ako ng
hitsurang ganito, pero parang sumpa itong binigay niya. Nagyoyosi ka
ba?

JENG
Hindi po.
BABAE
Sigurado ka ha?

Kukuha ang babae ng sigarilyo mula sa kaha, magsisindi.
CUT TO:
INT. EOS LIVING ROOM - NIGHT 5 5

Papasok si EOS, mahigit singkwenta ang edad nito pero mukhang nasa kwarenta lamang ang hitsura. Nag-iisa sa kanyang bahay. Walang tao sa loob ng bahay kundi s'ya lamang.
Sa sala nito, makikita natin ang mga lumang LARAWAN NG KANYANG PAMILYA, mga larawan ng kanilang paglalakbay kasama ang kanyang pumanaw na asawa.
Papasok ang kalungkutan.
Titignan ni Eos ang paligid, may inaabangan, ngunit walang darating.
CUT TO:
INT. EOS COMFORT ROOM - NIGHT 6 6

Hahanapin niya ang REMOTE CONTROL ng TV sa loob ng comfort room. Makikita niya ito at dadalhin papalabas.

Kakamutin n'ya ang kanyang ulo pabalik sa sala.
CUT TO:
INT. EOS LIVING ROOM - NIGHT 7 7
Uupo si Eos, bubuksan ang TV sa sala.

SHOT. EXCERPT FROM MINSAN MAY ISANG PUTA ON TV SCREEN.
BABAE
(TV Screen)
Alam mo kahit medyo tumanda na ako, ang dami pa ding nagkakagusto sa 'kin. Kumbaga may asim pa!

Matatawa ang BABAENG iniinterview sa TV sa kanyang sinabi.
Matatawa rin si Eos pero may bahid ito ng lungkot.
CUT TO:
INT. BABAE SMALL ROOM - DAY 8 8
Pagkatapos tumawa, humirit pa ang babae ng kwento na walang bahid ng kahihiyan.

BABAE
Dati, naku! Grabe talaga. Kasing haba ng pila sa MRT ang mga manliligaw ko. Lalo na nung nalaman nila na virgin pa ko.

JENG
Ilang taon po ba kayo nagsimula?

BABAE
Katorse ako unang nakatikim, kaya virgin na virgin pa talaga.

JENG
Ang bata n'yo po pala.

BABAE
Oo, pero hindi naman ako yung tipong kahit sino na lang pinapatulan.

pinagpatuloy ang kwento.

BABAE (CONT'D)
Mga una kong nakasama mga pinoy,
pero mas gusto ko ibang-lahi,
mas maluwag sa pera. Pero alam mo,
mas mahirap silang pakisamahan.

Mag-iiba ang mood ng babae.
BABAE (CONT'D)
Tinanggap ko silang lahat.
Pantaypantay ang turing ko sa kanila.
Inisip ko na lang baka dahil hindi sila tagarito
kaya ganun sila sa akin.

Naguguluhan na si Jeng.
Hindi na niya maintindihan kung ano
na pinagkukwentohan nila. Pero hinayaan niya lang ito.
DISSOLVE TO:
BEG FLASHBACK:

INT. BABAE MOTEL ROOM - NIGHT 9 9
Hubo't hubad ang isang BATANG BABAE, nakahiga sa kama,
tinatakpan ng kumot ang ilang bahagi ng katawan niya.
Tulala ito.

SHOT. TOP.
Habang tulala siya at hindi gumagalaw, iba't-ibang lalaki ang
lumalapit sa katawan niya.

Ang unang APAT NA LALAKI, paglalaruan siya.
DALAWANG LALAKI na ibang-lahi, isang ESPANYOL
at isang HAPON, ang hahawak at hahalik sa katawan niya.
Hindi gagalaw si babae hanggang makaraos ang dalawa.

Habang nakahiga pa din sa kama ang batang babae,
may hahalik sa kanyang AFRICAN AMERICAN.
Matatakpan nito ang mukha ng batang babae at pag-angat ng
African America, ang babaeng nagkukwento
ang siyang nakahiga sa kama.
END FLASHBACK.
DISSOLVE TO:

INT. BABAE SMALL ROOM - DAY 10 10
Nakatitig ang babae, seryosong nagkukuwento ang babae sa
harap ng camera.

BABAE
Pinagpiyestahan nila ako, pero yung huli.
Yung huli ang hindi ko makalimutan.

End of excerpt

33

Hubo mission:

HUBO is a group of people who pursue ways to expose the complexity of the individual. HUBO hopes to ignite or reinvigorate humanity's self-perspective through the arts, thus the use of the slogan "Raw Artistry Exposed."

HUBO, as a collective, is focused, innovative, and compassionate committed to explore creativity and test the limits of known boundaries and forms of expression. HUBO encourages artistry through practical means, and dedicates its art to stimulate the mind however unconventional and unfamiliar.

Company board:

Will Fredo, Greg Macaraeg, George K. Sommerrock, Medwin Garcia. Ida Tiongson and Joan T. Manalang

WEBSITES:
http://www.hubo.asia
http://www.facebook.com/iLikeHUBO

GANAP NA BABAE:
http://hubo.asia/ganap-na-babae/
https://www.facebook.com/gardenofevethemovie

Chapter 5
Ang pag-uumarte ng anak
ng isang Puta

Ang inyong mababasa ay pag-uumpog ng magkaibang kamalayan. Isang komento at isang tugon sa artikulong "Minsan May Isang Puta" noong 2004 sa Peyups.com.

Isang komento sa "Minsang may Isang Puta" mula sa isang gumagamit ng username na "buzzman":

sino bang kuya't ate ang sisihin ko? mumurahin ko na bang sarili ko kung nagkakaganito tayo? nay, konting preno, delikado ang drama mo. sa anong takilya kaya kikita ang senti-kulangot na birada mo? di bale, minsan ang FAMAS ay nagkakahalaga ng piso. di ba naibibigay na lang ito sa beso-beso? asan na ba si ate Ruffa ko?

mahal? sino o anong ama ang nagsilang sa amin? di ko alam ang apelyido ko. namulat akong watak ang kanlungan ko. ang away-kapatid ay may bugso ng paglaya, kundi man ito proseso ng paghubog at pagmulat. anong tahanan ang sadyang pinalad mabuo sa langit? sa totoo lang, di ko alam kung ginusto o nagustuhan mo rin ang kainitan ng sidhi. samut sari ang ipinunla ng pagtatalik na dinaan sa dahas. may kwentong namuo, yun ang yamang nagbibigay kulay sa nakaraan ko. tila mali, utak namin ang ginagahasa mo.

punyetang mood to, nakakalito. sa pitong taon ko sa asylum na to, pwede ng maging kumbento! hindi drama ang gamot sa panibugho, at lalong hindi ang karnibal sa Mayo. pati ang Panday ay may agimat ng pagka-Pangulo. Jusko, iisipin ko pa ba ang puti't sakang na gumahasa sa iyo, gayong kuwarenta milyones na katutubong hintuturo ang nakabaon sa pagitan ng hita mo? nay, ilahad mo ng wasto ang tunay na nakaraan mo't babalik ang mga kaanak mo. punyetang ina ka, nay, puro drama na lang ba ng kahayukan ang hirit mo. pati tuloy si Diana Booba ay sumisikat sa Hongkong, Thailand, at Timbuktu. kababae mong

tao, pagkababae mo mismo ang pinalalabas mong kahinaan mo.
ano ka ba, nay, gasgas na yang script mo. halaw na naman ba sa
pitak ni Ricky ang punchline mo para magbiro?
sikat na po ang eminem show.

mismong anak mo ang sisira sa iyong lelang mo. nung ipinadpad
ka sa pusod ng Pasipiko para bira-birahin ng walang sinasantong
bagyo, tinatanggap mong tadhana ito. kung karupukan ng tao
ang itinatangis mong kalagayan mo, ba't tayo tinawag na indiyo?
nay, sa isang sindi ng yosi, pwede pong magliyab ang mundo. ang
punto ko, magbasa ka ng libro. masyado ka ng nawiwili sa kaka-
finger ng numinipis mong ego. kung gusto mo, puno ng porno ang
www. ito ba'y pansin mo?

ina ka namin sa ngalan, anak mo ba kami sa laman? karugtong ng
Luzon ang Ryuku. tsino po si Lucio. ang Cojuangco, bat may J at C
na nakaipit sa OO? ah JC, hesukristong sugo, di ko mabilang ang
Iglesiang sinaniban ng multo-deliryo. kailan lang ba tayo nagpalit
ng alpabeto? ang dating daan po ay sinasambang emporyo. anong
tumbok ko? nawawala kami sa sariling mga anak mo? at bakit?
dahil sa kakadrama mo ng ganito. ang lupang sinilangan ko po, ay
jigsaw puzzle na paborito ko. dine-deadma niyo, alaskado tuloy
tayo ng mga siyentipiko.

wag niyo pong tanawin na ang nakaraan niyo e kwento ng ginutay
-gutay na baro. di kayo nagkauri na winantutri ng kalaguyo, o
ibinenta ng sariling supling niyo. tulad po ng bagyo, natural po ang
takbo ng kapalaran niyo. parang isang sumpa, na kung di niyo
hampasin ng maso, olats kayo. oo, kulelats kayo sa karera ng
kabayo kung panay lang ang sundot niyo ng puso. ang pagmama-
hal po e di ipinupunla sa puso, kundi'y sa utak pinalalago. bat ho
ba nadedo ang anak ni miriam santiago, at tila clubhouse ang
College of Law? isulat mo po sa noo ni Oble na bago na ang banyo
niyo. ni hindi ako makapagshabu sa mga tambayang tatak Greko.
daig mo pa ang gecko kung kumapit sa kano, pero panay ang
reklamo mo. sila ba'y kapuso o kapamilya ko?

punyetang drama to, nay, naman, namannn. hah, makakain
na nga lang taho.

taho, tahoooo kayooo jannn!

Ang aking tugon bilang ang inang "Puta":

Anak kong buzzman...sali mo na ako dyan sa taho mo.

tara, upo muna tayo. kung magulo utak ko noon eh mas magulo ang utak ko ngayon. lintek kaseng pyesta ito, yung ibang mga kapatid mo, binugaw na naman ako. akala yata sa akin eh laman ng pinyata na pinapapaagaw sa party. haay, buhay...siguro daanin na nga lang muna natin sa taho.

'lam mo buzzman, di ko matatanggap na "utak mo ay ginaga-hasa ko", marahil dahil sa ating mga nakaraan kaya di mo maramdaman at makuha ang ibig sabihin ng pagmamahal. napakalaki yata ng aking pagkukulang kaya may mga anak ako na gaya mo na kasing kapal ng kalyo ang puso.

maniwala ka't sa hindi, mahal kita. oo, tama ka, walang humiling na isilang ka at di ko alam kung kaninong malibog na ama ka nanggaling, kung anak man kita sa laman o anak kita dahil ninais kitang kupkupin. isa lang ang katotohanan, pinasuso kita. naging pagkain mo ang katas ng aking dibidib. inaruga kita hanggang nagkaroon ka ng lakas at pag-iisip. marahil tama ka na ang aking pinagdaanan ay "ang kulay na magbibigay yaman sa ating nakaraan".

dapat sana! kaya lang di ko maituturing na yaman ang isang pinagdaanan na halata naman walang natutunan.

ilan sa iyong mga kapatid ang makapagsasabi na may nalalasahan silang talim sa kanilang mga dila tuwing makaka-tikim sila ng tempura, french fries at ostiya? totoo bang mas masarap ito sa kanilang panlasa kaysa sa cebuanong mangga?

may kurot ba silang nararamdaman sa kanilang mga puso kapag nababasa nila sa dyaryo ang tungkol sa mga kapatid nilang naabuso ng amo sa Singapore at Middle East? mga bunsong babae na ang tanging ambisyon eh mag-japayuki? mga sundalong mala-pyesa ng chess na hinahain sa jolo? mga kuya at ate mong edukado, bulag at bingi naman sa baho ng mga taga-riles at ingay ng mga sanggol na ibinabasura?

at kung meron man kayong nararamdaman, ANO ang ginagawa o gagawin nyo?

sapat ba na ibalik ninyo sa akin ang sisi? basta "AKO" at "KAMI" ay okey bahala na "SILA" sa buhay nila. pasalamat nga kayo na dinadaan ko na lang sa ek-ek ang sama ng loob ko, kung di lang siguro ako ina, nagtampo at ginutom ko na lahat kayo ng malaman nyo kung sino sinasalaula nyo. ngunit ako'y ina.

ako'y isang ina, anak kong buzzman. ina na walang ibang maibibigay sa inyo kundi ang aking ganda. ang ganda na sanay nakapagbigay sa inyo ng dangal at yaman maski madumi ang nakaraan. inang pilit na umaahon sa bawat bagyong dumadaan. ang di ko maintindihan, sa dami ng mga anak ko na sa tingin ko ay kasinggagaling at kasingtatalino mo ay di na tayo nakaangat sa paghihirap. parang supot ng basurang itinapon sa ilog pasig na l ulutang lutang, di alam ang patutunguhan.

sabagay, sabi nga nila, ang basurang tinapon mo ay basurang babalik sa iyo. kaya siguro ganito pa rin tayo.

teka buzzman anak, ano ba itong pinagsasabi mong indiyo? di ba't itong mga inampon kong mga instik eh mas masahol pa sa inyo nung nandito yung coño? eh sila pa ngayon ang may kakayanan na pangitiin ako. di ba basurero lang dati si manong sy? aba'y nagugulat ako sa mga raket nya. di lang sya ang umaansenso kundi pati na rin mga kapatid mong nawili sa piling ko. malay mo bang si ate kikay mo sa bulacan ay magkatrabaho maski contractual lang! at ang mga indiyo kong anak sa pagkasilang, marami na sa kanila ang nakatulong sa mga kapatid mong naiwan. ang mga berdeng pera na naipapasok nila ang tangi kong kinakapitan.

ang nakakailing dyan ay kung sino pa ang nakakaraming wala sa tabi ko at mga tsinoy na anak-anakan ko ay sila pa ang kolektibo.

naku anak, kung alam mo lang, ayaw ko na maging puta at pinuputa, wala si tito sam mo sa puso ko at lalo namang di mo siya kapamilya at kapuso. pero itong ibang mga manoy at manay mo, ewan ko ba, na-adik na sa hershey's at expedition pati nanay nila walang muhing binubugaw . ay! may mas malala pa dyan, dinuduraan pa ang pangalan ko gayong gumagamit naman ng tabo sa banyo at ang ilong at kulay maski si ate belo mo ang rumetoke ay di mapagkakailang galing sa pusod ko!

anak kong buzzman, wag mo sanang masamain. tatlong round ng beer lang yan bosing. ang nanay mong ito ay di dumadrama para magka-trophy. ang pakiramdaman ko ba ay parang sobra na ang nainom o masama ang tiyan ay gustong may lumabas. kaya wag mo ng tawagin si ate lolit mo at baka ang papa ni ate gretchen mo ay di makaya ang ilalabas ko.

siguro nga ako ay naninibugho, sabihin mo ng masama ang loob kase dati sina aleng saigon at aleng hiroshima, mas malala pa ang inaabot, biruin mo, di lang ginahasa kundi binugbog pa! mas maraming mga anak nila ang naghirap at namatay. akala ko nga di na sila makaka-recover pero ano ka! sobrang sikat na sila ngayon! sa napaka-ikling panahon sila'y nakaahon. ang kanilang mga anak ay taas noo sa pagkilala sa kanilang ina sa buong mundo. nakakahinayang ang kasaganahan nating natikman, ni hindi nga tayo makasabay sa kanila ngayon.

palaisipan sa akin ito, sa iyo din, di ba? nais ko lang naman na muling kilalanin ang sarili ko. sa tulong nyo alam kong magagawa ko ito.

walang santong kabayo ang makakagawa ng mirakulo kung mismong mga anak ko, di mag-uugaling tao...

"ang away-kapatid ay may bugso ng paglaya, kundi man ito proseso ng paghubog at pagmulat" na sinasabi mo ay dapat may aral na kinapupulutan at di lang laman ng pahayagan.

ang "kuwarenta milyones na katutubong hintuturo ang nakabaon sa pagitan ng hita" ko ang magtatakda ng ating kapalaran at tingin ng ating karatig bayan.

kulang ang "magbasa ka ng libro" kung ang utak at puso ay pulo-pulo sa layo. hindi sapat ang kaalaman kung ang tingin natin sa www. porno ay bagay na dapat kaaliwaan lalo pa't ang starring dito ay iyong kababayan wala kang ate o kuyang dapat sisihin at wag mong murahin ang sarili mo. walang delikado sa pagiging totoo sa sarili, di ba?

ang pinaka-importante ay may natutunan tayo sa ating pinanggalingan, dilat tayong titingin sa ating dinadaanan at kapit-kamay tayong susulong sa kinabukasan.

 salamat sa taho anak kong buzzman, masarap sya at lalo pang sumarap dahil maski alam kong may duda ka sa mga sinabi ko ay nakinig ka. dadating ang panahon na maiintindihan mo ang pag-mamahal ng isang magulang lalo pa ng isang ina, dahil kahit saan ka mapunta o kahit ano pa ang inyong marating ay magkabahagi ang dibdib natin.

Chapter 6
What's in a School?

The following is an article originally published
in Peyups.com and was personally contributed to
Get Real Philippines! and Definitely Filipino

Education. The most invaluable gift any parent can give. The light at
the end of the tunnel for the working student. Some say it's an invest-
ment, others an obligation, still others say it's a right. When a parent
or a graduating high school senior goes hunting for a school, what's on
their minds? Prestige? Curriculum? Tuition? Proximity? Shouldn't be the
case, too superficial. The best thing I learned from my old university is
that I should never let academics ruin my education.

What's the point of getting an "uno" when you "paid" your prof for it?
What's the point of getting a "good standing" in your assessment if you
majored on cheating? What good will it do you if you bag a diploma
without learning anything aside what's said in your references?
Reality check, education is most often taken at face value.

What matters most are titles, diplomas and the transcript. Filipinos ride
on such trifle to fast track the social climb to the top. Perfecting skills
in the art of creative curriculum vitae manipulation and enhancing
strategic network building. More feathers on our caps -even plucked
from a chicken, the better.

But what good has our education and titles done to enhance our future
as a cohesive people?

Catholic educational institutions churn out Coños and pa-Coños obli-
vious of their less fortunate brethren, more focused on cultivating the
money tree;

Non-sectarian schools mill cynics, willing to face battle with truncheons
and shake the peace;

Colehiyalas flock to employment lines, with anemic credentials but
armed with connections;

Universities have produced the creme de la creme of criminals and manipulators, who have bled our government treasury dry;

Families, being part of the education process, instill discrimination on others falling out of the mold.

Education should have empowered the people with a sense of responsibility to keep the word "Philippines", a noun connoting dignity and honor. Instead, education has given us a nation, divided.

A nation of many identities, each in contempt of the other.
A nation which claims to be a democracy when in truth,
is an anarchy of eloquent liars.
A nation drowning in it's economy,
surviving on remittances in an ocean of debt.
A nation struggling to keep its sovereignty intact,
inspite being branded as the basketcase of Asia.
A nation of Catholics, buttered in hypocrisy.
A nation of the educated but most in fallacy.

Education is supposed to enlighten individuals. Equip students with a better understanding of life based on knowledge gained from the classroom, the campus and their peers. Empower its students with abilities to be citizens of the world. Sadly, our educational system has produced not so many.

Instead, our universities and colleges have produced a multitude of "new-age" colonizers. A generation of self-satisfied individuals huffing with false pride. Philippine history has it, that when the waves of foreign colonists came, each raped not only our resources but the minds of the natives as well. They have taken not only pieces of our country but the sense of country as well, resulting in a malignant case of identity-crisis. The kastilaloys, japs and kanos are long gone and in their place, the self-righteous educated have taken over the role, these foreigners left behind. The apathetic privileged have continuously exploited the unwitting to advance themselves.

Filipinos have been trying to up one another in a struggle to be who, we are not.
Masking ulterior motives with ranks, credentials, and good merchandising.

42

Education has given nothing back to the mother country worse, to the soul.

It is high time to be a cohesive force to put old humpy-dumpy back together again. Noblesse Oblige. A french phrase to say that privilege entails reponsibility.

Education should reach out to the ignorant, concoct innovative ways to instill the truth.

Education should make leaders with vision, harness potentials to benefit the majority.

Education should make us humble, accept criticism lightly and constructively.

Education should make us a people, empowered with the lessons of history and the strength of our minds and hearts.

As we sit back, browsing on our monitors, living our lives as we usually we do, going about like automatons, stop to realize if we are contributing to a future we can hold onto in a nation we have made for ourselves.

Chapter 7
A Quiet Dignity

Published online at Get Real Philippines!
and the Definitely Filipino blogsite

Why did I hesitate?

The cynicism in me took over but I was drawn to him and for every word that was exchanged in that early morning jeepney ride, my fondness in him grew stronger.

It was a fresh Saturday morning in a soothingly windy Metro Manila suburb that made me want to take a jeep ride back to the south of the Metro. This has been a practice in an effort for conservation and frugality, knowing that I now live in a world of declining oil reserves, a few liters of gas is a waste with only myself and my Chinese fast food to go as the vehicle's load.

I also wouldn't want to miss out on one simple pleasure that I derive from crack of dawn commutes out of this suburb, and it is the salad of early morning weekend commuters whom I encounter. The magta-"taho", the micro entrepreneurs armed with baskets and strollers that will soon fill up with "pinamalengke" for their "karinderya" or sari-sari stores and fish vendors with their recycled Boysen paint pails that will soon brim with kilos of seafoods packed in ice on their return. These enterprising Filipinos inspire me and make me believe that there is still hope where there is only a glimmer of it to begin with.

What I do not want to see in my commutes are the minors who load the fresh produce from the market and unto the jeeps. I see kids who look like 9-12 year olds humped with the weight that they are carrying on their shoulders. There are also kids in most of my trips, who look exhausted from a night of selling of what was once the content of their now empty woven baskets and "bilao". Chancing on them opens another opportunity for me to pay forward the blessings I had been bestowed with. I am no philanthropist by society's definition, my statement of assets doesn't enable me to be one but I learned that one doesn't have to have much in order to give appreciation to people who deserve it.

44

I hate dole out's and I'm not into alms giving in a country where numerous "sindikato" abound; kids shouldn't be working for money for any reason but the sad truth is, we have a lot of these kids who do. I observe the demeanor of these working kids whom I get the chance of sharing a commute with, if I see no tell tale signs of substance abuse, I will not hesitate augmenting a bit of what they had worked hard for, just so they can enjoy a hearty breakfast or a better take home pay.

I consider the opportunity as a form of giving out a bonus. If employees get bonuses and afford simple treats for themselves for a hard day's work, why shouldn't these bare-knuckle minors get the same?

In every kid that I chance on, the day's bonus would sometimes elicit a reaction of thanks but more often than not, the kids coil in defense and confusion. It would always be me who would engage them in communication.

"O, eto pang-almusal ninyo ng kapatid mo. Bili ka ng masarap ha, yung matitira uwi mo sa bahay, pang-litson manok sa pananghalian."

"Ano laman ng basket mo kanina?"

"Pauwi ka na sa nanay mo?"

and some kids would let their guard down and share a quarter of an hour's glimpse of their lives. Never two are alike but what is common is that they all have to work to help their families. Sometimes, it's because they have good for nothing parents; sometimes, it's because their parents' income isn't enough to sustain a family of 9; sometimes, it's because it's for their kid brother's "pambaon" for the coming week and so on...

I would leave them with words of encouragement; to take every chance to study, to never lose their steadfastness no matter what life brings them and to always believe in the power of prayer. I learned the hard way that the word "Diyos" gets lost in their eyes and often leads to silence. I can only assume that the pain of poverty that they had to endure early on in their lives had kept their spirituality shrouded in layers that a mere mention of God stuns them in affiliation. I can only pray that the kids absorb what I say about the "day's bonus", that whatever they got from me isn't out of whatever extra I have but it is from a force that led the two or three of us to meet on a jeep ride and learn a bit more about life.

"Di ito limos kundi regalo kase alam ko masipag ka at dapat ka lang irespeto. Daig mo pa nga ang ibang matatanda na umaasa lang sa bigay o lagay. Mag-aral ka ha para makapag-trabaho ka ng maayos. Mauubos agad yang bigay ko sa iyo pero yung respeto ko sa iyo, dahil masipag at masikap ka, di mauubos kung gugustuhin mo."

Going back on that beautiful Saturday jeep ride that I recently took, there was a boy whom I immediately took notice. I initially thought that the passenger was a bulky man with two big boxes made of styrofoam and carton packed with pan de sal. Once all the stuff were loaded in the jeep's aisle, a lanky little boy who was carrying a tiny 6 month old looking baby boarded. He bid the baby goodbye and turned her over to the man who sent him off with the boxes. My eyes were on him from then on.

The boy adjacent to me looked like a 9 year old. I can tell that he just woke up; his eyes were still puffy, his face oily, his clothes creased and unclean but he was here with me at 4:30 a.m., what more with an errand to run. I didn't know what to make of him since he had a faux diamond earring on and that accessory made me hesitate to reach out. I often see this on gang members so I had to make sure that he's not into rugby or jutes. When the opportunity came for him to move the massive boxes out of the way so that other passengers can board, he amazed me with his strength and most of all, of his consideration for others. The boy looked frail; his bones were pronounced and I can tell from his eyes that hunger is no stranger in his young life but he was able to push the boxes which I'm sure are full of pan de sal since the jeep is now filled with its freshly baked aroma.

The jeep was not full but the boy was mindful of the 4 adults who shared his ride. Considerate that the boxes were not cramping the adult's comfort zones. Well into 5 minutes of the trip, he reached in the carton box and took out a pan de sal. He finished it in 2 bites and he was soon lost in the sights of the road. Just one pan de sal to start the day? I said to myself and go on scolding my prejudice based on an earring. I was compelled to move to his side and touch him when I handed him his "day's bonus". He gave the usual response these young businesspeople give me and that is, hesitance to accept the folded cash.

These kids have a quiet dignity that tells me that they are not for sale or be pitied with alms. They earn their keep with hard work and with their pride, for whatever is left of a pride bruised by poverty.

I melted his defense when I said that it's an advanced Christmas gift. A rare smile and a sincere "Salamat po" came out of his lips and he turned away. I was ready to engage him in a conversation when he faced me sooner than I expected, only to catch me off guard with a question: "Ano po'ng pangalan ninyo?"

I never was asked for my name by any stranger whom I paid forward to, be it an adult or a child but this lanky little boy had the confidence to look me in the eye and ask for my name. I was the one who retreated in defense for a few seconds but his eyes had this light and we soon knew each other's names and were talking about his job as a pan de sal "runner". I can only wish I had the luxury to bring this boy named Brian to his destination and know more about him other than his job and how old he is. My minutes of hesitation took it's toll on my time with this rare boy. Brian, a 12 year old little man looking like a delicate 9 year old well armed with a confidence that is even absent with newbie college graduates in a job interview.

I carry my moment with Brian everyday, it is with a deep sigh that I raise his life to God. A sigh that is drawn from a pain of sharing a moment with a child of potential disabled by his lot in life. I can only pray he would rise above the challenges. I can only wish that parents of such children had a better opportunity in the provinces. I can only wish that parents of such children were educated on responsible parenthood. I can only wish that I can bring each child laborer for scholarship to Kara David's Project Malasakit, World Vision or NGOs with genuine advocacy but with the high statistics of child laborers, there can only be so few who can be supported.

I commemorate "Araw ng Kagitingan" with that short memory of Brian and the many children like him armed with their quiet dignity. The day of remembering the brave, also belong to them and the many determined Filipinos whom I meet in my crack of dawn commutes, to the many others whom I may not have the chance to meet but keep the struggle in the homefront alive regardless of the many obstacles. I can only hope and pray that none of them become moths to a flame lured by an illusion.

I invoke Eleanor Roosevelt's:
"No one can make you feel inferior without your consent."

There is as much dignity in honest labor as with holding a title.

NOTE:

The Philippines "celebrates" the World Day Against Child Labour every June 26.

Preliminary results of the 2011 Survey on Children done by the National Statistics Office (NSO) reports, a staggering "4.2 million working children, 2.4 million of which were into child labour because of their exposure to hazardous conditions".

(source: www.ilo.org/manila/whatwedo/eventsandmeetings/WCMS_181250/lang--en/index.htm)

Children are forced into labor because it is a dictate of a family centered society, it is due to lack of work opportunities for their parents and also due to indolence.

What about those of us who see them everyday? Have we gone numb? I hope not, it doesn't take much money to give appreciation to those who deserve it, it only takes awareness and putting into action what our Sunday or Friday services teach us. It is as simple as that and I am NOT talking about giving alms or dole outs.

Take some time to share a merienda with the batang mangangalakal, Take some time to know the palengke runner,
Better yet allot a thousand pesos every month to fund a scholar at Project Malasakit (Compassion) by Kara David :
www.projectmalasakit.com/scholars.html

Half of the royalties of this book was paid forward to Jeza, a Project Malasakit who graduated Cum Laude in 2013. The royalties continue to supoort Project Malasakit through a third beneficiary in Divina Da-oyan, a Mangyan scholar who dreams of becoming a teacher.
www.projectmalasakit.com/scholars.html

If we want a better Philippines, let us learn to appreciate each person's quite dignity. Let us celebrate the "World Day Against Child Labour" not just on a specifc day but in each opportunity we get.

48

Chapter 8
Pilipino ang kulay ko

English version of an Open letter to
President Benigno C. Aquino III.
Wriiten for the "Pilipino ang kulay ko" campaign
of Definitely Filipino As an appeal to unify the country
and do away with the Kapamilya, Kabarkada at Kapartido
brand of leadership.
Full color artwork by Betty Abrantes of Abrantes Design

Dear Mr. President,

With due respect, we ask, what imbues the apathetic, the activitists,
the Christians, the Muslims, the poor and the rich as Filipinos?
Our humble answer would be, the vibrant colors of the Philippine
flag that symbolize our nation.

Our Nation's colors are flying defiantly against the prejudices that
fragment our beloved country; as it reminds us of hope, a testimony
of the many lives, including that of
your father's, who have fought
for freedom and of enduring
unity. It is in this regard
that we ask for you
to please wear our
nation's colors proudly
so that the nation will
see the same reminders
in you and in your
administration.

Yellow doesn't represent
your constituents, as it only
reminds us of your political
affiliation. Recall that you won
the presidency not because of
the color you represented during the
elections, but because many gave their confidence in YOU, as a
leader molded after your great parents. You are no longer confined

49

as a standard bearer of a specific coalition, you currently represent 95 million lives, many of whom, see you as a savior out of the problems that face our country.

Lessons from history dictate that if a nation is to move forward, its colors should bleed into one and a flag losing its colors in combat could seriously jeopardize the morale of a unit. You rally us into fighting corruption towards "daang matuwid", enable us to see your sincerity to lead your people not based on the dictates of a few but founded on the aspirations of a nation you now lead.

We endeavor to make a country that we can all be proud of, prejudice handicaps and divides our nation. We want to see you embodying the nation's colors and proudly wearing them as a catalyst for unification.

Respectfully,
The Administradors of Definitely Filipino.

NOTE:

My life centerpiece is that there is no political or religious solution to a spiritual problem and my advocacy for social awareness through rude awakening and the "Bayanihan" spirit has been given venue at the Definitely Filipino Facebook page and blogsite.

As of printing, the Definitely Filipino Facebook page and blogsite has over 2.1 million followers where "Minsan may Isang Puta" ranks as the most read blog since 2010 with over a 100,000 hits and has been shared over 17,000 times in Facebook alone.

Being added to Team Definitely Filipino by the indefatigable Betty Abrantes ir 2011 has been an honor and a privilege. Since then, I had been a part of campaigns for calamity victims, missing persons and advocacy groups. We have also raised funds for severely sick babies. Infact, I had been blessed to give testimony to the life of Liam, who, I personally saw as a newborn at the ICU and now, he leads a healthy life as an active toddler. I was made a god-mother by the parents of Liam. Modern day miracles do happen.

Half of the royalties of this book was paid forward to baby Mark Salazar in support of his recovery after a successful liver transplant. Our admin team campaigned for the funding of the liver transplant that amounted to over Php 2M at our Facebook page and at www.facebook.com/newliverforMark

"He who
understands
the essence
of unceasing
education, who
learns to nurture
nationalism, who
fears God and
practices self
-sacrifice, bears
the mark of
a forthcoming
Hero."
- **Jon Jaylo**

Title: The Successor
Artist: Jon Jaylo
Medium: Water Mixable Oil
Actual Size: 24in x 48in
Model: Rave
Full color artwork
can be seen
at the back cover.

Chapter 9
Hindi imposible ang pagbabago kapag ginusto mo

Published online at the Definitely Filipino blogsite

We are all tired, dismayed and disgusted over the hardheaded-ness of Filipinos. We never seem to learn. Rizal wrote about it, Jacinto and Mabini lamented on it, Bonifacio died of it. We can not keep on blaming the government, because who empowered them in the first place? So let's stop pointing fingers and start by living up to the solutions.

Having left no stones unturned in life's journey, let me share my two cents worth of my contribution to a better Philippines, which I hope you'll share the practice with me, too.

1 – **Give respect when respect is due**. This applies to our faith, our laws, people around us and more importantly our environment.

-I try to temper myself when I drive and commute when possible. Follow traffic rules and wag mag lagay. Huwag mo ibulsa ang sobrang sukli at magbigay konsiderasyon sa taxi driver pag trapik. Pataas ng pataas ang gasolina, kumikita lang sa pamamasada at kada-flag down yang mga drivers. Lahat tayo naghahanap buhay. Be fair. Gusto natin maging marangal ang Pinoy, give each the opportunity to be one by not making them go hungry.

-Mind the line, huwag ka sumingit at wag magpasingit, give way only to the old and disabled, di porket "puti" eh papaunahin mo.

-I teach my kids to respect our country by keeping their trash in their pockets until we get home and not to make fun of national icons and prayer. It is a big No-No to play in Church, burn trash and waste water in our household.

I tell them walang pagkakaiba ang mga Muslim, Ita at Kristiyano lahat tayo Pilipino. Di porket maid, basurero o vendor eh mababang uri na sila ng tao, mas mabuti na ang nagsusumikap at amoy pawis kaysa sa magnanakaw.

-I don't tolerate karaoke singing at home parties in the wee hours of the morning lalo pag weekday, kawawa naman yung mga papasok sa school at trabaho, napuyat ng dahil sa karaoke, di naman imbitado.

-Matutong magpasalamat sa serbisyong nakuha mo sa tindero, sa nag-abot ng pamasahe mo at lalo na sa Diyos at magulang mo. Ang totoong edukado at mayaman, di mayabang.

-Ilagay sa isip na di tayo ang Diyos, wala tayong karapatan humusga sa isang tao dahil lang iba ang paniniwala nila sa buhay. Ang dapat natin intindihin ay kung ang isang tao ay ginagamit niya ang kanyang galing at talino para maging kapaki-pakinabang sa komunidad.

2 – **Unceasing education**. That's what the internet is primarily for!

-Since our government has failed to empower our people through proper education, let us not limit ourselves with what we have learned from school. Mas masarap malaman ang katotohan at matuto ng hindi nag-cra-cram sa exam.

-Paano yung mga sobrang mahihirap di naman kaya yan. Kung kaya mong mag-contribute sa katulad ng programa ni Kara David sa www.projectmalasakit.com o magbigay sa World Vision, GO! Pay your blessings forward.

-Walang extra? Affect those around you. Yung dati kong maid, parati kong sinasabi sa kanya, na wag niyang isipin na mababa trabaho niya. Kaya nga katulong ang tawag sa kanila kase di na natin makaya ang mga trabahong pinapagawa natin, kaya pahalagahan dapat nila ang kanilang trabaho at magsikap matuto ng mga bagong kaalaman sa ginagawa nila. Yung maid kong yun, gumaling sa pagluluto, may maliit na turo-turo na siya ngayon. Entrepreneur na!

3 - **Save, Invest and be an entreprenuer**. Take it from me, mas masarap ang may ipon kaysa madaming kang nakakahon.

-I used to think the world is one big shopping mall, I hoarded on stuff I knew I liked and would have a need for. When the time came I needed a big amount, I couldn't liquidate my assets immediately and the stuff I hoarded depreciated in value. Ang porma ko nga, di naman liquid. I failed to anticipate and I failed to aspire. I prayed and asked for guidance. I was blessed with a home based business that started with my passion to design, my computer set up and my network of connections. The rest is history- www.newmediaph.com

-You do not have to be a millionaire to be in business. You can start with whatever resources around. Ang sikreto sa matagal at magandang pagnenegosyo ay unang una ay yun ang hilig mo at nandun ang puso mo. Susunod ang tagumpay at magandang kita dahil nakilala ka na sa maayos na serbisyo at produkto. Kumikita ka na, nakakatulong ka pa sa ekonomiya.

-Always remember, umiikot lang ang buhay, di sa lahat ng oras mayaman o mahirap ka. Value whatever you have and always count your blessings, aspire and eventually inspire!

4 – **Be debt free**. Oh, this is hard pero kaya kung gugustuhin.

-When I had credit cards, I used to pay the total amount due so my account will not incur any charges. We have to learn to use credit wisely, pa-ikutin ang perang hiniram para di tayo lumubog.

-Realistically, lahat tayo tinatamaan ng pagsubok, sabi nga ng matatanda, kung maliit ang kumot matutong mamaluktot. Sikapin makabayad at kung di man kaya ng agaran ay magpasintabi sa inutangan na di ka muna makakabayad at kung kaya mo na bayaran, bigyan mo siya ng pa-thank you man lang.

-Kung ikaw naman ang nagpapa-utang, share ko ang payo ng good friend ko na si Atty. Valerie Hollero, magpa-utang ka lang kapag kaya mong di na singilin yung inutang sa iyo. Mahirap masyadong mabait, pag ikaw na ang nanga-ilangan, iiwasan ka na, masama ka pa.

-Kaya pag uutang at magpapa-utang, ilagay mo ang sarili mo sa kalagayan ng taong kausap mo. Huwag mo ibenta ang pagkatao mo ng dahil sa pera.

5 – Know that we owe everything to God. We all have a raison d'être (reason for existence) and we owe our Creator to be the best of who we can be.

-Huwag natin sayangin ang lakas at talino sa walang kapararakang bagay at huwag din natin ipilit ang di para sa atin. Share ko daily inspiration ko since 2009–"Lord when i lose hope or weaken my faith,help me to remember that Your love is greater than my fears and that Your plans for my life are always better than my dreams."

-I was deliberate and hungry for success when I was younger. I made it a point to make things happen but at the end of the day, I wasn't happy. Parang may kulang maski nakuha ko na at nagawa ko na lahat ng gusto ko. Di pala ganoon ang tunay na kaligayahan. Mararamdaman mo lang ito pag totoong galing sa Diyos ang mga biyaya mo at alam mong ginamit mo ng wasto ang mga talento at kagalingan mo.

-Natutunan ko din na ang pagsubok ay paraan upang lalo tayong patatagin at lumawak ang pang-unawa. We have two options when we face trials, either we let go and let God or blame God for un-answered prayers. Sabi nga sa getrealphilippines.com: "Prayer is NOT wishing. God is not a genie. God works through you and not for you."

Maraming pang paraan, basics ko pa lang ito. Wala pa ang sa iyo. If we do this COLLECTIVELY, daig pa sa Edsa Revolution ang tagumpay at pagpupunyaging matatamasa natin.

Madami tayong rindi na. Gusto ng sumuko pero let's give it a shot with us initiating the change from within. At least, at the end of the day, we can ALL say we tried.

"Raise your children close to the image of the true God –
the God who cannot be bribed,
the God who is not avaricious,
the God who is the father of all, who is not partial,
the God who does not fatten on the blood of the poor,
who does not rejoice at the plaint of the afflicted,
and does not obfuscate the intelligent mind.

Awaken and prepare the mind of the child for every good and desirable idea

– love for honor, sincere and firm character, clear mind, clean conduct, noble action, love for one's fellow men, respect for God –

teach this to your children.
And because life is full of sorrows and perils, fortify their character against any difficulty, strengthen their hearts against any danger.

- excerpt from "Letter to the Women of Malolos" of Dr. Jose P. Rizal (English translation)

PART 2:
The Second Wind

Adversity is either a burden or a bridge towards God,
We can find strength in our weakness, if we know how to
respond

It is in our weakest that we are the strongest when we are
empowered with the Light that can never be extinguished.

Chapter 10
Flying High

First published in peyups.com on December 29, 2002
Re-published at the Definitely Filipino blog in 2010

It took three episodes of my life to beckon to the calling.

At 10 years old, my aunt filled me with glamour stories of the stewardess. Bitter tales of unfair compensation would always find its way in the course of talk . It was an issue for her that an HRM grad of no less than U.P. Diliman would be earning twice less than a "high class waitress" was. I got the impression that this stewardess job is "groovy". So I told myself that I would be a stewardess when the time comes. The dream went on until high school, I even have proof of it in my yearbook's class prophecy.

When I became a part of U.P., I chucked the dream to the bin. Being with "intellectuals", I placed myself high and told myself , " Who wants to be a well paid waitress anyway?". I got myself a fun job in marketing. I partied, dined with the bosses, enjoyed company perks and most of all, I saw myself on press releases and lifetsyle columns. I loved the job until I realize that I was going nowhere financially. Money was spent on corporate outfits, party get-ups and worse I was turning 23. "Successful" yet bankrupt.

Then like a cue from above, my ex-bestfriend was having a lay over in Manila. She had been prodding me to join her in the airlines since day one of her training a year before. At that time, being high and mighty as I was, I would spew discouraging remarks for her not to pursue the job. I would spat that she will waste her "Best in Thesis" recognition and relegate herself to a menial job but on that fateful day, she was amazed at how calmly I responded to her. In a span of two months, I was declining a promotion and turning over my accounts.

In the months of February and March, I felt like an aspirant for a beauty pageant. I was shocked, to say the least, at the crowd of ladies wanting to be stewardesses. There were recognizable faces, starlets and competition finalists, the stuff that made me wince and say "What the hell am I doing here?" and there were those who were plain janes like moi. The ladies went in for the interview, and each one came out with a different drama to show. Some were smiling ear to ear while others would run to the ladies' room crying.

Yikes and gulp. It was my turn. Thank God, U.P. made me so confident that even if the previous scenario intimidated me, I slid in the room, head up high. Two foreigners asked and asked.
I answered and answered with the "I hope my lips aren't quivering" thought at the back of my head. I was told to walk with my skirt held above the knee thinking to myself "What the**?!" . I was asked to proceed to another room where I was asked to roll my sleeves while I was being spotlighted. I felt like being interrogated by no less than the CIA! That was only the first day in the series of interviews and tests I had to succumb to.

Half of the ladies whom I met in the course of application didn't make it to the initial class for training and a third of those who made it to the initial class didn't make it to pre-graduation.

Finally, I was booked for my last training. I was elated to be a psuedo-flight attendant. I was taught that there is a difference between a FLIGHT ATTENDANT and a STEWARDESS. The latter is an obsolete title. The airline crew industry discarded the term when first aid and safety training modules were injected as a prerequisite to graduate as a LICENSED and AIR-WORTHY FLIGHT ATTENDANT.

I was almost done with my pre-departure formalities. I was ecstatic when I read and signed my contract. It read "upon completion of your initial training and upon issuance of license…you are to receive a basic salary of (converted to peso at that time) "29,000 pesos" . W-O-W! and I wasn't even finished going through the benefits. For the sake of poise, I contained the urge to dance the "dance" and exuberantly say "YEEESSS!".

Five years in the airlines, gave me more than what I had bargained for.

In the Philippines, I always wanted to live the good life. I lead that as a flight attendant, my accommodation is not modest and is well kept by a chambermaid. I am chauffeured to and from work. I get to stay in the best hotels in the ugliest and prettiest places in the world. The pay is big and my travel is free and in some cases discounted. I get paid while sleeping or shopping. Some people sigh whenever I say the perks that goes with the job. Others remark that the lifestyle is a pay off for a physically but less intellectually demanding career.

Younger, I wanted to be a hedonist. A Cartier on a wrist , an LV on a shoulder, a Ferragamo on a foot, a Max Mara on a body, Clarins for a face, nightlife in Ibiza, caviar on Melba, a sleep at Sun City, a drive along the Riviera.

When things become at arms reach, it makes you stop and ponder. When there is money to buy your wants, When there is ready access t o any part of the world you want to see, When there is a comfortable space sans the burden of maintaining it, Would that quantify happiness and contentment?

Thank God, I saw others live the life I wanted for myself before I even lived it. I saw a never ending spiral of wants that never seems to be satisfied. I saw ambitions soar while friendships and people break. I saw emptiness.

I realized that my childhood ambition is an epiphany.

A need to break away from good merchandising arose. A longing for the basic things in life enticed. A need to satisfy the soul beckoned.

Happiness and contentment wasn't packaged in a mall, in a velvet box or in grandiose venues, after all. It is found in a small quarter within yourself.

Now, I find pleasure in the morning breeze, the smell of moist garden soil and the quiet hours of dawn. I find satisfaction in things acquired through striving. I find contentment in prayer. I find happiness within the company of true friends, my babies and my partner for life.

I am joyful and this is what I can truly call, flying high.

Chapter 11
Life begins at 40 -
Chiaroscuro in life's canvas

Life took a screeching swerve.

Fresh out of college, I was adamant and deliberate to make my projected age 40 retirement a reality. I took the fast lane in establishing connections, in seeing the world and acquiring material possessions. I also made sure that I had a secure family of my own before I hit 30 regardless if there was love or none. Best of all, I will make the people who took advantage of me pay, judicially or extra-judicially. I can make things happen and I did.

At 30, I was putting checks on most of life's To-Do list. I was playing my cards really well without pulling strings or exploiting anyone. I have mastered creative curriculum vitae manipulation and career maneuvering to my advantage. I have seen most of the world, I have my influential network, I have my beautiful family, I have my own house and my own car, best of all I have secured my finances before I was 31.

So, I thought.

It just took a few months of trusting the wrong people and living a life of vanity; Slowly and painfully, I saw how everything I mapped out scatter like dry leaves on a very, very windy day.

No longer am I capable of paying out full payments on my credit cards, no longer can I afford five digit amounts on my hair, no longer can I joy ride with my kids. No more signature and branded items. No more travels, No more of this...No more of that...No more...Not anymore...

Gone are my luxuries and gone with it, are old names that I used to call best friend and "barkada". They say "Sticks and stones may break my bones but words will never hurt me." In the playground of life, this is so untrue. The condescending words and being sold out almost cost me my emotional mortality.

62

For the first time, I felt vulnerable and abandoned. I felt bitter. I felt betrayed that all that I have achieved in fair game, is suddenly gone.

The flame in me, embered. Not only did I lose my possessions but I lost my passion.

Half-life was unraveling.
So, I said.

Decay was settling in but I am not to go without a fight. My defenses were up and I was ready to retaliate heavy in anger and hate with whatever was left in my armory but it seems God has better plans for me. Another chapter in my life story was being written by unseen hands and it was to close with another blow that would leave me totally defenseless.

A bruised pride, depleted resources and an unknown future with my kids to be more worried about. It came to a point that if only I could sell a part of the expensive conjugal house I was living in just to tide away the month's budget I would, but who would accept a Narra door or a brass window in a grocery counter or in a drug store? How soon can I liquidate an over a million worth property to feed my kids and to maintain their education? I almost gave up on life.

Black and blue, I just wandered around with my well deserved pain;

But the pain didn't numb me from retracing where I had gone wrong;

What the pain brought to me is a realization:

"When the world pushes you to your knees......you're in the perfect position to pray."

So, I did.

I surrendered. Slowly...Sense of trust severely traumatized, the free fall to even trust God took a few more convincing before releasing both hands.

But God is beyond human understanding; He was patient with His prodigal daughter.

Just when I was licking my wounds and about to resign to obliviousness, unexpected blessings come along. Truly, when one chooses to surrender in the love of God and not in one's consuming anger, only then can one see clearly.

Friendships and relationships were casualties in the aftermath but God surrounded me with the genuine love and concern of people, truly worthy to be called FRIENDS and FAMILY. I was blessed with opportunities and blatant signs that my life was precious. Not only am I gliding through my life, my sense of hope for our country cruises with it too.

So, I was delivered.

I got my wish to have an age 40 retirement, alright. Although far from what I envisioned it to be but the retirement I am blessed with is far more priceless. A retirement from a life revolving on Maslow's hierarchy of needs without any regard on how to get to the apex.

What are the most important things I learned through Life's chiaroscuro?

That true love is without condition. It's a fact that I was a bad wife, a spoiled daughter, a terrible enemy and a great manipulator but through all my mistakes, God loved me UNCONDITIONALLY. God took the risk when he gave us freedom to be open targets to mistakes and sin. Yet no matter where we go, God's love sees us through and will NEVER FAIL TO TAKE US BACK no matter how far off we go.

Forgiveness and acceptance heals. God showed His plans for me again, when I chanced upon His wisdom through Manila Bulletin's Sunday inspirational column, THE GENTLE BREEZE BY NELLY VILLAFUERTE (http://www.mb.com.ph/articles/236674/the-flaw-vindictiveness): The most striking line was :

'...It is indeed hypocritical for us to display all forms of outward god-liness, piety, and spirituality, and yet our hearts are so hard that we find forgiving others so difficult to do. ...'

After all the mercy that God had blessed me with, who am I not to forgive and forget? Honestly, it took a lot from me. Another risk I took, to forgive those who have done me wrong and to forgive myself for discounting self respect, but it was all worth it.

64

Baby steps, I took and now I am running again, I may stumble a few but I am now properly trained to break the fall. Whenever I lose my way, I would always go back to my 2006 inspiration--"Lord when I lose hope or weaken my faith,help me to remember that Your love is greater than my fears & that Your plans for my life are always better than my dreams."

Now, I am finally living and free!
So, that's Mike at 40 and loving it :)

Chapter 12
Unwanted

I was surprised to get a text from my mom informing me that they found a baby boy in front of their gate. I was excited at the same time crushed to personally experience the abandonment of an innocent. If seeing it on the news makes you empathize, knowing it firsthand leaves a hole in your being.

I so wanted to rush to my parents' house to see the baby but I was confined to monitor everything through phone. I was told that the baby was in a grocery mesh bag, left with just a bottle of milk. He was left with the bougainvilleas where ants abound, where dogs play and where cats scavenge. I was just thankful that my dad spends his early mornings gardening otherwise he wouldn't have heard the muffled cry of a 2 week old and who knows what could have made things worse.

I am an only child by my parents' choice and by God's grand design. I knew that they wouldn't take on the responsibility of adopting the baby. Sooner than I expected, my dad has turned over the baby to the police. As much as I want to take him in, I also have kids of my own, all in ages where a mother's 100% attention is vital aside of course that another mouth will surely dent our finances.

In a matter of a few hours, the local DSWD has taken in the newborn from the police. I thought that ends that chapter but the personal experience of having to worry for a life even that of a stranger, left me latched on. Now that the matter is literally out of our hands, the only thing we could do is pray. Pray for good health and that the baby be blessed with adoptive parents who can give him the love he rightfully deserves.

We never expected a day 2 in the story of that abandoned baby. On day 2, my parents' peaceful existence was shattered by a visit from the grandparents, relatives and the mother of the baby boy! They wanted the baby back.

This ensued a heated exchange between the relatives and my parents on the premise that my parents didn't even bother to care for the baby even for a day. Like a BIG DUH? Impose the care and responsibility of a new born to a couple who vowed to have an only child for the 5 decades of their marriage? I guess these people had been watching too much telenovelas and thought that just because there's an elderly couple living comfortably, they would readily assume care and love for a baby. Not my parents. I didn't even grow up believing in Santa Claus and day dreaming on Fairytales. Besides, what if these strangers are all con men out to get the baby for their own gain? You can never be too sure nowadays.

When sense was finally knocked into these people. Facts unfolded, the mother was a teacher in Valenzuela, Bulacan. She has a husband and two other children of her own. Unfortunately both of them are currently jobless. To make matters worse, they have no proof of birth of the baby.

I have no idea how DSWD will facilitate the confirmation of kinship in the absence of legal documents. I just hope that the turn over to the family will pan out.

I cannot get over the incident, we were not prepared to know that the mother was educated and a teacher at that! I tried to personify myself in her shoes but still couldn't fathom to what bottomless pit of desperation will bring a mother, who actually has the ability to provide, to abandon her child. The only logical explanation is Post Partum Depression.

If an educated and wedded mother found it in her to abandon her newborn, how far worse could the similar situation be for the unwed and the raped? How many more news of abandoned babies, dumped fetuses, street urchin strewn areas and bloating orphanages are we going to dodge?

I am anti-abortion by the correct definition of the word not by what is being sold by the CBCP and those who chest pound moral uprighteousness.

I am anti-abortion and I am all for upholding the quality of life.

Shall we continue to deprive proper knowledge and options to enable responsible parenthood? Shall we let myths dictate sexual reproduction? I firmly say NO, specially after this personal experience.

If only all families can plan like how my parents did then each family can be self sufficient and sustain dignity of life. Life is too precious to throw to chance. Yes, God provides but God also wants us to be good stewards of our blessings.

"Nasa Diyos ang awa, nasa tao ang gawa.", very true but the operative word "gawa" doesn't mean "paggawa ng bata".

"God is not a genie. God works through you and not for you."
- www.getrealphilippines.com

How many more babies will be left unwanted?
Their lives thrown to chance just because of ignorance.

Chapter 13
A childhood, lost

Last 2010, there was a wave of propaganda on Facebook to :
END VIOLENCE AGAINST CHILDREN by replacing one's profile photo
with a childhood cartoon character held most dear.

(http://www.facebook.com/pages/Changing-profile-pictures-to-cartoons-will-stop-violence-against-children/136974053022284)

Facebook is the most popular social networking site as of printing, yet it
still makes me wonder how many lives were touched by the campaign.
Are those participating even aware of what they are in support for?
Will the awareness end when participants take down the cartoon profile
pics? Most of all, are we really reaching those who contribute to the
statistics of abused minors?

To paint the gravity of child abuse vividly, let me share with you a
chapter in the life of an infant, we will call Baby M. This is a personal
account of a good friend and sorority sis, nurse Abby Acosta, in her
email message in 2002:

"Baby M is a six-month old child abuse victim. He was battered by his
paternal grandparents. His father is in jail. The maternal grandparents
dont want to have anything to do with their family. His mother and
siblings have no support system to speak of. They are wholly dependent
on the Social Services Division of PGH. But their problem is when Baby
M is discharged from the hospital. The kids have no place to stay while
their mother works. This baby is a fighter. We admitted him at the Post-
Anesthesia CAre unit intubated – he needed mechanical ventilatory
assistance (respirator) to breathe. But after a few hours his frail body
urged itself to fight and live. He was transferred back to the wards
yesterday. He has multiple fractures. He is very small for his age- at
first glance he looks just 2 or 3 months old. But you can see in his eyes
that he is a fighter and that he is willing himself to survive."

Baby M was fortunate that he had a devoted nurse to look after him.
Abby didn't clock out after her PGH duties. She posted Baby M's pre-
dicament online. In less than 24 hours, the internet yielded it's power
and support was sent from all over.

Through our network, we were able to coordinate with Vicky Libao of Bantay Bata 163, Baby M was rescued and was accommodated for temporary shelter. His stay in Bantay Bata's home expired after a month but Vicky could not move him to another institution since there are no vacant slots. This has been a problem for social workers and volunteers since they have a lot of children needing placement but all institutions are FULL. Vicky was in communication with the Foster Care Coordinator to see if Baby M can be placed out to foster care. Baby M's mother was agreeable to the idea, no matter how painful it was since the mother regularly visited her Baby M despite her workload as a "labandera".

Baby M looked better after a month of love and care.
His arm has completely healed. His mother was so pleased with his improved health condition.

That chapter in Baby M's life happened in 2002.
It makes me wonder until this day what ever happened of Baby M.
How many more Baby M's are there?

Our efforts where knee jerk solutions to a problem.
A problem that sectors of our society are too deluded to address for centuries of moral up-righteousness. A problem that many give full condonation to, with their literal understanding of the good Book's: "**Go forth and multiply**". Makes more sense to **Go forth and multiply the number of believers, and not the number of the unwanted hopeless and faithless**, don't you think?

Msgr. Jacques Suaudeau, an expert on the Vatican's bioethics advisory board was quoted to say:
"Contraception is not the worst evil. The Church does not see it as good, but the Church does not see it as the worst," he told the AP. "Abortion is far worse. Passing on HIV is criminal. That is absolute irresponsibility."
(http://newsinfo.inquirer.net/inquirerheadlines/nation/view/20101125-305146/Condom-lesser-of-2-evils

And IRRESPONSIBILITY it is! How many more Baby M's will suffer until we do away with our prejudices and opt for the "not the worst evil" ?
ADDRESS THE ISSUE ON IRRESPONSIBLE PARENTHOOD NOW AND PUT A STOP TO CHILD ABUSE!

Otherwise campaigns such as the one celebrated on Facebook are much like the many stone Churches that are deaf to the cries of the unwanted.

Chapter 14
Divorce and Love Defined...

Published online at the Definitely Filipino blogsite

I would be proud of the Philippines being the only country without divorce aside from the Vatican, if our society can belie the fact that there are a minimum of 22 marriage annulment cases filed per day as per CBCP's statistics or there is no truth in the remarkable rise in annulment, legal separation and nullity cases filed with the Office of the Solicitor General since 2006.

I would take great pride in claiming that indeed my countrymen do not succumb to the hardness of heart but TRUTH TO BE TOLD; People are subject to sin, pride gets in the way and marriages break. Worse, our current laws do not enable the poor second chances, when they are the ones who most need the protection and the law. Our society is no better than the society of Moses and Jesus where divorce was seen as a theological and final solution instead of committing graver sins against the Mosaic law.

In a country where love is most often defined and based on the temporal, why then is love's pit stop be a marriage contract? If it was allowed during the time of Moses and Jesus, their societies might have seen divorce as a solution to a problem. Then why is it that the State does not provide this option to every Filipino when even the 3 Holy Books of the Jews, Christians and Muslims have marked it historically. Since the Philippines is a predominantly Catholic nation, let's define the why's of divorce based on Biblical theology, the two Scriptural grounds for divorce and remarriage are:

1.Marital infidelity (sexual unfaithfulness) by the spouse. The innocent party may divorce and remarry.

2. A Christian's unbelieving mate departs from the Christian. The divorced Christian is free to remarry.

The Qur'an, Tanakh and the Bible have the same Mosaic Laws and the first 5 Books, so why are our men in robes acting on a moral high ground on House Bill (HB) 1799 or conveniently penned by media as the LATEST Divorce Bill? Again, wielding medieval power over the thin line that separates Church and State. They seem to have discounted

Matthew 19:9
— "I tell you that anyone who divorces his wife, except for marital unfaithfulness, and marries another woman commits adultery.",

1 Corinthians 7:15
— "But if the unbeliever leaves, let him do so. A believing man or woman is not bound in such circumstances; God has called us to live in peace.

Matthew 5:31-32
— ""It has been said, 'Anyone who divorces his wife must give her a certificate of divorce. But I tell you that anyone who divorces his wife, except for marital unfaithfulness, causes her to become an adulteress, and anyone who marries the divorced woman commits adultery."

Historically, divorce was practiced in the Philippines under the Divorce Law of 1917 (Act No. 2710), under the 1935 Constitution and during the Japanese occupation, pursuant to Executive Order No. 141 (1943) before it was removed in the New Civil Code. Even before Spain colonized the country, indigenous tribes such as the Tagbanua of Palawan, the Ga'dang and the Sagada of the Mt. Province, the Manobo of of Northern Mindanao and the B'laan of Southern Mindanao practiced divorce and upholds it to this day. Under Presidential Decree No. 1083, also known as the "Code of Muslim Personal Laws of the Philippines", divorce is allowed in certain instances, but this law applies only when both parties are Muslims, or wherein only the male party is a Muslim and the marriage is solemnized in accordance with Muslim law in any part of the Philippines. So, why is there discrimination on the basis of religion?

For most of the go-with-the-flow, who thought that House Bill (HB) 1799 or "An Act Introducing Divorce in the Philippines" is patterned from the quick and easy Las Vegas model, HB 1799 lists down five grounds for the filing of a petition for divorce:

(1) the petitioner has been separated de facto (in fact) from his or her spouse for at least five years at the time of the filing of the petition and reconciliation is highly improbable;

(2) the petitioner has been legally separated from his or her spouse for at least two years at the time of the filing of the petition and reconciliation is highly improbable;

(3) When the spouses suffer from irreconcilable differences that have caused the IRREPARABLE breakdown of the marriage;

(4) When one or both spouses are psychologically incapacitated to comply with the essential marital obligations; and

(5) Any of the grounds for legal separation that has caused the IRREPARABLE breakdown of the marriage.

I see no wisdom from people who prescribe their opinion when they actually have not lived it. Would they be saying the same if they were the battered wives of philandering husbands? Would they say the same if they are the wives of a good for nothing bum who feeds off on the conjugal property? Would they say the same if they are subjected to marital rape? Would they say the same if they caught their wife in bed with another man over and over?

You don't see those coming when one is "madly in love". You see the strengths and faults of a partner when subjected to the realities of married life. Sometimes reconciliation is not enough to heal deep wounds. Scars re-open and bleed incessantly.

Divorce isn't a threat to a marriage well founded on love and respect, for no human law can ever keep two people truly in love apart.

Then why would a state and a religion be threatened by a bill that provides an option that has been readily made available even before the Vatican came to existence? I reiterate, a part of 1 Corinthians 7:15 : **God has called us to live in peace.**

I say YES to divorce, for it is an empowerment for couples to take the better and cost effective option to remedy irreconcilable differences **detrimental to their well-being**; an avenue for emancipation and for a second wind. Annulment as provided by our existing laws, is not the same as divorce. Annulment doesn't provide alimony and child support unless clearly stated in the final resolution of the case.

Annulment is expensive, an extra and modest 5 digits is a must to support psychological incapacity.

I say YES to divorce to rectify the mistake of those who fell into the Filipino small town mindset that the next best choice to **redemption** for a woman once considered as "damaged goods" is MARRIAGE.

Divorce is for the many who had been deluded, that being a beaming and blushing bride would last forever. For the many that had been deluded, that love can be learned. For the many that had been deluded, that children galvanize a marriage. Once trials set in, only true love survives. Lovers are easy finds; sell sex and it is bought; hook, line and sinker but how many people are worthy of respect and to be remembered for a lifetime as someone for the books. RARE. Stability, looks and intelligence are not enough; taking out the prerequisite that would define love, as God has defined love to be, with respect and unconditional understanding, no if's and but's then it's all a fallacy.

No strong future can ever be built on a shabby foundation.

A marriage contract cannot define a husband and wife, when neither lives by the very definition of the Holy Books. **God's best plan for every married couple is that they remain married, and HAPPILY so**. The one-flesh marriage bond expires when either husband or wife falls out of it. My spiritual journey has brought me to the fact and the realization that because God loves us so much and wants us to uphold the Mosaic Law, "apoluo" , the Greek word for DIVORCE, Greek being one of the original Biblical languages, was permitted by God regardless of its disservice to His grace, rather than having His children commit adultery and live in chaos.

When a survivor learns to redefine one's self, not only does one redeem one's self but moreover, the children survives the dross. What needs to be done is to pick up what was left and do away with the delusions.

74

Put up a brave face against the small town mentalities that plague the rebound and move on. Remember that in relationships, it always takes two to tango. Projecting fault or blamimg has no room in one's recovery.

A marriage fails because the couple have **both** forgotten to appreciate the basic human frailty present among every individual.

Somehow when we learn to live beyond what we view and hear, we learn to see and listen to the prevailing Biblical exhortation to "forgive one another" and that includes one's self.

It is when we seek God diligently in the repercussions of the mistakes and trials that we undergo and to find it in us the grace to forgive, learn and forget, only then can we live within the Great Grandmaster's plan.

Chapter 15
Kindness is Contagious

I chanced upon an old lady one night, rummaging through trash in search of PET bottles at two garbage pick up points. Her habit of returning the trash back to the garbage bags and tying it as neatly as she could was very uncommon for the usual "mangangalakal" whom I get to observe, many of whom, leave the garbage strewn all over after collecting the "loot".

I instantly had the impulse to appreciate the old lady's unusually responsible behavior. I approached her and asked if she had dinner. She gestured that she hasn't had any.
I went to the nearest hot meal outlet and found out that it's a buy 1 take 1 deal and my money wasn't enough to get any drinks. What an unfortunate moment for my acquired habit of not bringing more than the cash I need when I go out, so as much as I wanted to treat her for a full dinner, my remaining cash was just enough for two burgers.

I asked the crew if they can spare a glass of tap water for the old lady but they callously said they can't. A young lady saw what happened, she approached us and offered to buy the drinks. A toothless smile was the most rewarding gesture we received from this unique "mangangalakal" when each of us went our way.

No names were exchanged just the sincere smiles shared, which was most precious.

I am thankful that I didn't think twice when that little voice urged me to approach the old lady. I am thankful for the initiative of the young lady to buy the drinks and share the moment with us.
- CARPE DIEM!

I am more than thankful for that chance to be with that old lady, that within that 15 minutes, I was able to appreciate her beauty. A beauty that's far more enduring than what the eyes can savor. A reminder to pass through life appreciating each opportunity of beautiful surprises to unfold.

It was PRICELESS,
three strangers sharing a moment,
each an instrument of a lesson in LIFE.

Kindness is contagious, indeed.

Chapter 16
People will never forget how you made them feel

Published online at the Definitely Filipino blogsite

Corporal punishment is nothing but bad parenting passed on for many generations as a legitimate means of instilling discipline.

As a child who was subjected to physical punishment myself, I rejoice to know that positive discipline is upheld by Congress through House Bill 4455 (Children Act of 2011), which "advocates positive and non-violent means to discipline children, instead of physical punishment."

As it is, Filipino children are not the kind to tell on their elders. Doing so is a sign of disrespect but it also takes critical thinking to the back seat when parents become authoritarian. Such parenting model discounts the ability of children to discern right from wrong. Many are the products who turn out to be docile adults, perfect for the country's prime export, which is cheap manpower prone to abuse abroad.

As for the rest of many young adults who are at the age of aggressive-ness and assertiveness, the only way is to rebel and lie out of fear. Be it through drugs, vice, sex, running away from home, falling for the wrong person or hanging out with a bad crowd. Many parents have subconsciously created a wall of lies and fear within their own family. It then brings destruction to a lost youth and more disappointment to many parents, it is unfortunate though that it is the only way to survive the conflict for many households. Children have now become strangers in their own homes.

When I became a parent, I vowed that I will never impose the corporal discipline I grew up in, on my children. That is, not until stress got in the way and when it did, the manisfestation of my temper was clearly seen on my child's flesh, moreover in the wells of my child's soul.

More than the tears, was the big question in their eyes that silently asked, "Why did you hurt me? I didn't mean it and I don't want to do it again. Please help me not to do it again. I don't want to fight you. Please don't push me to."

Anger turns to guilt, more nagging than the physical pain I inflicted on my child. The only recourse was loving surrender, I humbled myself as a parent and leveled with my child: "Please help Mama not to hurt you again. The reason why I did that, was to let you know that you have hurt me too, and that is when you chose to do things that are wrong. We always have a choice, ok? Decide well, next time. Let's try our best not to hurt each other again, ok?" My pain is soothed to see how a child, no matter how young and no matter how old, can have so much love and understanding for the frailties of a parent. **Pride finds no room in honest discourse.**

As respect begets respect, so does love. This is the love and respect that has guided my children over the years and has enabled them to be responsible and assertive youths. God willing, the same will keep them from rebelling when that time comes when resolving differences will be very challenging.

"Spare the rod and spoil the child" is all about good stewardship, it was never about violent physical punishment. Parents do not own their children, we are mere stewards of lives entrusted by a force far greater than us whom I call God. As God well manifested his love through his unconditional forgiveness for every sinner, love therefore is innate in each one of us. It should then be the guiding force that should mold society and not fear, just a caveat though, too much of everything is bad.

Over use of discipline and we have raised followers and not leaders.

Less use of discipline and we have raised arrogant slackers prone to crime.

As the great Christian author and poet Maya Angelou's wrote :
"I've learned that people will forget what you said,
people will forget what you did,
but people will never forget how you made them feel."

Chapter 17
Manong taxi driver

I will never tire recalling this nice conversation I had with a rare taxi driver in 2010. His story will forever be with me.

He opened our conversation with his stand against dole outs, he says he lives in a squatter's area but he is against the Pantawid Pamilyang Pilipino Program (4Ps) that was adopted by the Aquino III government from the Arroyo government. He says it only promotes indolence.

He doesn't want to belong to the many who carelessly spends their hard earned money on gambling or on a day of drinking. He doesn't want to be stereotyped among his neighbors who play bingo and pusoy the whole day, a wife who's only option for work is being a "labandera" with kids "na walang salawal, pakalat-kalat at nagugutom". He chose to work hard, save as much and best of all, plan his family.

He said that he may not have much but he beamed with pride when he showed the photos of his two kids who both went to college, all thanks to over two decades of "pamamasada".

He seems of retirement age and of good physique thus the question, why is he still driving a taxi? He took pride in his reply: "Kase po, ayoko umasa sa mga anak ko, tsaka sanay po ako magtrabaho, magkaka-sakit po ako pag di na ako magmamaneho."

His face radiated with peace and with the priceless happiness that can never be bought with money.

Diligence differentiates the winners from the losers.
Regardless of economic standing, the determination to move upward empowers one to make a big difference not just in one's life but in the lives of many others.

As the late heartist painter Joey Velasco once said:
"Di mo kailangang maging agila para lumipad ng matayog.
Wag sisihin ang yong nakaraan dahil naging tamad at takot na lumipad.
Kahit tutubi ka kaya mong abutin ang langit kung masaya ka at payapa."

Chapter 14
I <3 My Family

Viral at the Definitely Filipino's Facebook page
with over 4,000 shares and 6,000 Likes.

This article marks my total reconciliation with my parents.
I finally realized the why's of how I became who I am today.
It was humbling that I was able to write all that down.

We all want change and change has to start from within one's self and from the basic unit of society. Democracy should be well practiced at home and should start at home.

Allow me to impart what my parents taught me:
"Walang ibang obligasyon ang anak kundi igalang ang magulang."
I once thought that this was misplaced pride but eventually, I realized that it is a lesson in self-sufficiency that my parents are exemplifying and for me to learn from.

"Wag mang-istorbo at umasa sa iba." and "Masama ang tatamad tamad!"
Don't depend on the maid for things that I can do, don't use friends and family for favors that we can do something about, most of all, use the resources available wisely. Proved to be an invaluable lesson, when I became an OFW. It's no joke to multi-task and be independent.

Appreciate people regardless of their religion, race and most of all, of their social standing. No wow's just because one is rich & influential and no eew's just because one is poor & uneducated. With that, I saw the world not in black or white but in the wonderful colors each person possess.

I am thankful that my parents taught me to appreciate nature; there is a sense of simple yet fulfilling happiness derived from taking care of the environment, enjoying the natural beauty of all living things and appreciating the artistry of God. Best of all, my fruits and veggies are 100% fresh, organic and FREE!

I am thankful that my parents reared me not to be envious of others or what others have; That there is no reason for physical and material insecurity because everyone is unique and that possessions fade.

My parents have always taught me to live within my means. A hard lesson learned but for this, I am ever thankful for the better perspective in appreciating simple living but not compromising simple luxuries, doing away with unneeded debt and most of all believing that happiness is not derived from the temporal.

This is how to love our family, this way more Filipinos of the now and the next generation will know how to employ critical thinking and demand what is due of them without any need for arrogance.

Our Philippines deserves only the BEST leaders and excellent citizens!

PARENTS, as the Bible, Koran and Tanakh stated, WE DO NOT OWN OUR CHILDREN, WE are blessed to be stewards of another person's life. Let us learn to respond and nurture rather than condescend and punish.

Let us assert but let us not intrude;
Let us correct but let us not humiliate;
Let us monitor but let us not restrict.

If we really trust in God, we will allow our children to hurt and learn from the pain.
We will allow our children to discover and see the world as it is.

Love is not confining and obligatory, let our children feel it and let us give it freely.

To quote our very own Kitz Fabiaña of Tabang Maguindanao Bayanihan

"I am only ONE, but still I am ONE.... I cannot do EVERYTHING, but still, I can do SOMETHING... and because I cannot do everything, I will NEVER refuse to do the SOMETHING that I can DO..."

I could only wish that the same positivity, sincere conflict-resolution and tolerance goes across our beloved country, that in such a short time and regardless of differences, each will be able to be a part of a cohesive force and deliver productivity in service of a greater cause.

The country should not expect honor and prosperity so long as the education of the children is defective, so long as the women who raise the children are enslaved and ignorant. Nothing can be drunk in a turbid and bitter spring. No sweet fruit can be picked from a sour seed."

- excerpt from "Letter to the Women of Malolos" of Dr. Jose P. Rizal (English translation)

PART 3:
Ang Bata sa Dilim

Takot na takot ako. Hindi ko alam kung anong gagawin.
Puro iyak ng mga kapatid ko ang nadadaan ko sa iba't ibang
kwarto. Hindi ko alam kung kanino magsusumbong,
nasaan na ba si kuya?

Unang Kabanata
Tadhana

"Ate! Masasagasaan mo yung bata!"
Halos ma-untog sa windshield ang mag-kapatid dahil sa biglang pag-apak sa preno si Nerissa,

Inis na ibinaba ni Nerissa ang bintana ng Civic niya para pagsabihan ang batang naglalakad sa dilim.

"Hoy bata! Nagpapakamatay ka ba? Dadamay mo pa kame sa problema mo!"

Tila walang nadinig ang bata at patuloy sa paglalakad sa dilim.
"Hay, naka-droga siguro o malamang high sa rugby yan, Chris. Buti na lang nakita mo kundi nasagasaan ko yan."

Pa-primera na sana si Nerissa at pa-apak sa akselerador ng hawakan ni Chris ang kamay ng kanyang kapatid.

"Ate, kawawa naman yung bata, baka kung anong mangyari, ang dilim ng daan. Let's bring her home."

Napa-piksi si Nerissa sa pahiwatig ng nakakabatang kapatid.
"Are you kidding? Nakaka-inis ka talaga, problema ko ba yan? Anong magagawa ko kung pabaya ang mga magulang niyan! It's late, hahanapin tayo ni Daddy. Bayaan mo na yan, baka may kasama pa 'yan diyan sa dilim, ma-hold-up pa tayo, baka batang hamog pa 'yan."

Ngunit ang mga mata ni Chris ay nananatiling naka-titig sa bata. Manipis na ang ilaw ng kanilang sasakyan para abutin ng liwanag ang batang naglalakad sa dilim.

Sa anong dahilan kung bakit di maialis ni Chris ang mga mata niya sa batang ito?

Doon sa dilim

"Ate! please sundan natin yung bata."
Nanlaki ang mga mata ni Nerissa sa gustong mangyari ni Chris.
"Baliw ka ba?
Ang dilim dilim diyan sa street na yan at wala pang tao.
You're my responsibility, ano!
Pag may nangyari sa iyo, naku di ko alam
ang gagawin ko at lalong di ko alam kung anong gagawin ni
Daddy sa akin."

Pero mapilit si Chris at nagbanta,
"Sige baba na lang ako para sundan yung bata, diyan ka lang."
Galit na nag-primera si Nerissa at inarangkada ang sasakyan.
"Ate!" ang gulat at galit na sigaw ni Chris.

Nakakarinding katahimikan ang ingay sa sasakyan hangganng
makarating sila sa bahay.
"Hi Daddy!" halik na salubong ni Nerissa.
Tahimik na halik ang bati ni Chris
at mabilis na umakyat sa kanyang kwarto.

Hindi maintindahan ni Chris kung bakit gusto niya makilala yung
bata sa dilim. "Hmp, might as well sleep this off."

Ngunit hindi dalawin ng antok si Chris,
parating tumatakbo sa isip niya ang madungis na pisngi
at magulong buhok na nadampian ng ilaw ng Civic ng ate Nerissa
niya. Bumibilis ang tibok ng puso ni Chris,
talagang hindi siya mapakali.

Sa kanyang dresser nagbilang siya ng pera,
"Ok, may Php 200.00 pa ako mula sa baon
tsaka may na-save akong Php 300.00. Bahala na."
Nagpasya si Chris na puntahan ang bata sa dilim.

Nagsambit ng maikling dasal si Chris at maingat na pumuslit sa
kanilang bahay.

Sa kanto naka-tyempo siya ng taxi driver na kumakain
sa Buy 1 Take 1 na tindahan ng hamburger at madaling sumakay dito.

"Bata, ikaw lang? Bakit wala kang kasamang nakatatanda?
Mag-a-alas dose na ng gabi, ah." ang pag-aalala ng taxi driver.
Dama ni Chris ang kabog ng dibdib niya, pero sadyang kailangan niya
tugunan ang pangungulit sa kanyang isipan.

"Manong, may pambayad po ako, kailangan ko lang po puntahan
yung kaibigan ko sa may Maharlika Street.
Kailangang kailangan niya po ako."

Nagulat ang taxi driver sa lugar na gusto puntahan ni Chris
"Maharlika? Wala naman bahay dun ah! Di ka ba naglayas?"
Nagmaka-awa si Chris, palakas ng palakas ang tibok ng puso niya.
"Manong, please po, kailangan na po talaga natin puntahan iyong
kaibigan ko, dun ko po siya nakita at baka kung ano nang nangyari
sa kanya."

Napabuntong hininga na lang ang taxi driver
sa gusto mangyari ni Chris. Nagsimula na ang metro ng taxi,
alam ng mamang driver na responsibilidad niya ang menor de edad.
Sa isip-isip niya, ihahatid at ibabalik niya ito maski hindi makabayad
ng sapat ang batang mukhang 12 taon gulang pa lamang.

Ama din siya, at hindi niya nasikmurang hindi isakay si Chris sa
dis-oras ng gabi sa takot na baka maka-tyempo ng mga masasamang
loob. Malupit ang panahon ngayon, walang sinasanto, maski bata.

Ika-3 Kabanata
Bakit?

"Saan ba dito yung kaibigan mo? Ang dilim dito!"
Sabay bulong ng panalangin ang taxi driver na hindi mauwi sa
hold up-an ang pag-mamagandang loob niya. Walang maaninag
si Chris kundi pader, lumang gulong at kinalat na basura, pero alam
niya na nandito pa din ang batang nakita niya sa dilim.

"Ayun! Ayun manong sa may tulay!"
Hindi na mapakali si Chris nang naaaninagan ng headlight ang
madusing na puting damit ng bata sa dilim. Nakahandusay ito sa lupa.
Tulog ba o nawalan ng malay?
Sa isip ni Chris eto lang ang dapat niyang itanong habang palapit ng
palapit ang taxi sa bata sa dilim.
Tuwa at takot ang nararamdaman ni Chris, tuwa kase nakita na niya
uli ang bata, takot dahil di kaya, ang bata sa dilim ay....
pilit na binura ni Chris sa kanyang isipan ang posibilidad.

Pagka-prenong pagka-preno ng taxi driver, agad na lumabas ng
sasakyan si Chris. Dama niya hanggang lalamunan ang kabog sa
kanyang dibdib, habang patakbong lumapit sa nakahandusay na
bata sa dilim.

Sa aninag, nakita agad ni Chris na walang malay ang bata sa dilim.
Nanlamig ang mga kamay ni Chris pero mainit ang kanyang mga pisngi.
Ibinulong sa sarili: "Sana natutulog ka lang, sana natutulog ka lang..."
Pilit niyang ginising ang bata sa dilim, ngunit hindi ito nagkaka-ulirat.

"Manong! Please, bilis! Tulungan mo ako!"
ang nanginginig na sigaw ni Chris. Ayaw man iwan ng taxi driver ang
sasakyan sa takot na baka ito'y isang patibong ay sadyang may nagtulak
sa kanya para tumulong.

Isang piksi at buntong hininga na lang ang tanging na-ilaban ng
kanyang isip.

"Jaskeng bata ka! Sino ba yan? Batang hamog lang yan."
ang inis na nasambit ng taxi driver nang nakalapit sa kinaroroonan
ng dalawang bata.

"Manong, please. Dalahin natin siya sa ospital."
pagmamaka-awa ni Chris. Nagulat ang taxi driver sa gusto mangyari
ni Chris

"Uy bata, 'pag pinasok natin sa emergency yan,
hihingi ng bayad ang ospital. Wala akong i-aabono diyan.
Eh kung ang magulang niyan, pinabayaan siya, bakit ka pa
mag-aaksaya ng panahon? Madaming ganyan di ka lang
siguro sanay kase mukhang laki ka sa subdivision. Mahirap
maging masyadong maaawain sa mga ganyan. Huhuthutan ka
lang ng pamilya niyan."

Nagpantig ang tenga ni Chris.
"Manong!" ang galit na tugon ni Chris. "Kung ayaw mo ako tulungan,
hahanap ako ng gusto tumulong!" at pilit na binuhat ni Chris ang payat,
madumi at mabahong bata sa dilim.

"Hoy, bata! Ano ka ba? Naku naman talaga!"
ang inis na tugon ng taxi driver dahil sadyang may nag-u-udyok
sa kanyang tumulong.
"Amin na nga yan! Naku, ang baho baho naman nito, mahaba pa ang
oras ng trabaho ko, amoy basura na ang suot ko!".
Inis man ang taxi driver pero binuhat niya ang magaan at mabahong
bata at hiniga ito sa sasakyan.

Bwisit na bwisit ang taxi driver dahil alam niyang kakapit ang amoy ng
nanlilimahid na bata sa kanyang sasakyan.

Inis na inis din siya sa kanyang sarili dahil ayaw niya ang kanyang
ginagawa pero bakit ba niya ginagawa ito?

90

Ika-4 Kabanata
Ang swerte nga naman

Tahimik sa loob ng taxi patungong ospital.
Iisa lang ang tumatakbo sa isip nina Chris at ng taxi driver,
"Ano ba itong ginagawa ko? "

Sa isang pampublikong ospital, unang pumunta ang taxi driver.
"Manong, bakit dito?" ang pag-aalala ni Chris sa nakitang luma at
masukal na ospital. "Bakit hindi? Ok din naman ang mga doktor sa
mga ganito, magtitiis ka lang kase kulang kulang ang gamit tsaka
hindi aircon pero wala naman pila ngayon kase madaling araw na."
ang tugon ng taxi driver. Umiling si Chris,
"Manong, wait lang ha, 'wag ka aalis tatawag ako sa amin."

Natuwang sinundan ng tingin ng taxi driver si Chris habang papunta
ito sa phone booth dahil magulang din siya at alam niyang di dapat
umaalis ng bahay ang menor de edad sa alanganing oras ng nag-iisa.
Basa ng taxi driver si Chris, alam niyang pumislit lang ito para gawin
ang gusto. Gusto man niyang hindi isakay si Chris ay nanaig pa din
ang pagiging magulang niya maski sa hindi niya ka-ano-ano.

Nawala ang ngiti ng taxi driver nang lingunin ang bata sa dilim.
"Ang baho mong bata ka,"
at pilit kinausap ang walang malay na bata,
"sino bang mga magulang mo at hinayaan ka magka-ganyan?
Sigurado akong may mga kapatid ka,
di ka man lang ba nila hinahanap? Nakaka-awa ka pero ang dami
mong katulad. Wala din naman akong pwede itulong sa iyo, kita ko
pa lang kulang pa sa pamilya ko. May pangako pa ako sa Nanay ko.
Hay bata, kanya kanya tayong problema,
ikaw naman eh nagpapatalo ka agad.
Yung ibang bata, nangangalakal para mabuhay.
Ako nga nag-benta ng dyaryo at yosi nung kabataan ko para lang
makapag-high school. Pwede ka na sa ganun, dalaginding ka na eh.
Pagdadasal na lang kita, sana pangalagaan ka ng Diyos at sana wag
kang mag-prosti..."

Naputol ang pagmumuni ng taxi driver nang sumakay uli si Chris,

"Manong, dun tayo sa Asian. Meet daw ako dun ng Daddy at ate ko."
"Wow!" Sa loob loob ng driver,
"Mayaman! Dadalhin sa mamahaling ospital itong batang hamog?
Ang swerte nga naman talaga!"

Pag tigil pa lang sa pribadong ospital ng taxi ay nakita agad ni Chris
ang Daddy at ate niya sa emergency entrance.
Takot man siyang lumapit ay naglakas loob siya,
"Daddy, I'm so sorry to leave the house so late, I just want to help..."
naputol sa yakap ng Daddy ni Chris ang kanyang pa-umanhin.
Agad na inasikaso ang walang malay na bata ng medical staff.

Lumapit agad si Nerissa sa taxi driver,
"Manong, thank God, ikaw ang nagsakay sa kapatid ko. Thank you po."
sabay abot ng isang libong piso.
"Naku, sobra po to, naka-metro naman po..."
ang nanliliit na tugon ng taxi driver.
"Hindi po.
Kulang pa yan, tsaka pa-shampoo at vacuum ninyo po yung sasakyan."
ang pabirong tugon ni Nerissa.

Tawanan ang nagbukas ng umaga
para kina Nerissa at sa taxi driver,
dalawang taong hindi magka-kilala
ngunit ngayon ay magkabahagi sa tuwa.

Ika-5 Kabanata
"Sino siya?"

Sa na-itakdang private room, hindi mapakaling naghihintay si Chris sa pagdating ng tinulungan niyang bata.
"Ate, anong sabi ng doctors? Bakit kailangan i-admit yung bata?"
Galit at pa-iwas na sinagot ni Nerissa ang nakababatang kapatid
"Baliw ka!
You'll risk your life for that kid! Lalayas ka ng bahay para sa kanya?!
Kung may nangyari sa iyo?! Ni hindi mo kilala yung bata.
Ngayon gagastos ang family natin para sa kanya?!"

Napatungo si Chris sa pag-amin ng kamailan pero dumpensa pa din,
"Nag-dasal naman ako, ate, bago ako umalis eh."
Ang inosenteng tugon ni Chris,
"Wag ka na magalit, gusto ko lang naman tumulong katulad ni Daddy..."
pero alam ni Chris na hindi lang pagtulong ang dahilan, alam niya na may kailangan siyang malaman sa pagkatao ng bata.

Naputol ang pamumuni ni Chris sa sinabi ni Nerissa
"Eto tandaan mo, God helps those who help themselves!
Iniwas ka man sa kapahamakan ngayon, wag mo na uli hahanapin yun."

Gumuhit sa isipan ni Chris ang payo ng kapatid. Napag-isip siya,
"Yun ba ang dahilan kung bakit ako hinihila para tulungan ang bata?
Baka pinadala ako ni God para tulungan yung bata kase gusto din niyang tulungan sarili niya? Sino ka ba talaga, bata?
Bakit gusto kitang makilala?"

Gumulong papasok ng private room
ang gurney na kinahihigaan ng bata,
nagkatinginan si Chris at Nerissa nang nakita
ang naka-swerong bata na nililipat sa magandang kama.
Parehong lumapit na may pag-aalala.

Hindi sila naging handa sa nakita sa batang nakahiga,
Parehong natigilan ang magkapatid,
parehong tanong ang tumakbo sa kanilang isipan, "Sino siya?"

Ang mga mata sa salamin

Nagkatinginan ang dalawa sa paghahanap ng kasagutan,
Hindi napigilan ni Chris ang pagtatanong, "Ate, bakit ko siya kamukha?"

Pilit na hinahanap ni Nerissa sa kanyang isipan ang sagot, bago pa man
ito naitanong ng kapatid. Ngunit hindi din niya alam kung bakit,
"Wait, tatawagan ko si Daddy." ang tanging naisagot ni Nerissa.

Sa tabi ng batang unti unting nagkakamalay
napako sa pagkakatayo si Chris, tanong ang tanging
umiikot sa kanyang isipan, bakit nasa batang ito ang ilong na tanging
siya sa kanilang mag-aama ang meron?

Unti unting bumuka ang maputlang mga labi ng bata sabay sa pagkilala
ng mga mata nito kay Chris.

Ang mga mata ng bata,
bagamat lubog ng dahil malamang sa mga naranasang gutom at
paghihirap ay ang mga matang kilala ni Chris, ito ay ang mga matang
nakikita niya araw araw sa salamin.

Bakit sila magka-mukha?
Batid na mas nakatatanda si Chris sa bata at sa isip ni Chris,
imposibleng sila ay kambal o magkapatid pero bakit sila magka-mukha?

Sa kaunting lakas ng bata ay nakuhang niyang magtanong,
"Sino po kayo? Nasaan ako?"

Pumipintig ang ulo ng bata sa sakit, pero hindi niya ito alintana dahil
ang mga tanong ni Chris sa kanyang sarili ay siya ring tanong ng bata
sa kanyang isipan.

Maputi si Chris pero bakit niya ito kamukha at bakit na kay Chris ang
mga matang tanging kaagapay ng bata sa mga oras na siya'y nag-iisa
at tanging ang salamin ang kasama.

Madami din kasing luha ang sinagot sa bata ng mga matang
tanging kasama sa harap ng salamin, ang tanging kaibigan sa
madaming panahon na ang bata ay gutom at sugatan ang damdamin.

"Ako nga pala si Chris, nasa ospital ka,
nawalan ka kase ng malay sa may Maharlika...
Anong pangalan mo?
Taga-saan ka?"

Naputol ang pagmumuni ng bata nang hawakan ni Chris ang noo nito,
matagal na panahon na kaseng hindi nakakaramdam ng pag-aaruga
ang bata,
"Naku, ang taas ng lagnat mo..." ang pag-aalala ni Chris.
Hindi maintindahan ng bata ang pagmamagandang loob ni Chris,
dahil sa kanyang mundo, hindi ito uso. Madalang ang kabutihan at ito'y
nagmumula lamang sa kanyang nanay at sa mabibilang na kuya at ate .

Mas madalas ang kabutihan ay may kapalit,
at alam na alam ito ng bata dahil maski sa iba
niyang kapatid ay pinaramdam sa kanya ito.
Isang aral na kilalang kilala ng bata.

Pilit na inupo ng bata ang kanyang sarili
at inubos ang lakas para magpa-alam,
"Alis na po ako."
ngunit mahina ang bata at lalong nanghina
nang makinang naka-kabit siya sa swero.
Sa kanyang isip, "Ano ito?!"

Umikot ang paningin ng bata at nawalan ng malay,
"Nurse!" ang takot na sigaw ni Chris sabay ng pagpindot
ng call button sa kama ng bata.

Hindi ramdan ng bata ang pag-aasikaso ng mga nurse sa kanya,
hindi nakikita ng bata ang mga luhang nangingilid sa mga mata ni
Chris, dahil nahugot na ang kamalayan ng bata sa isang nakaraan.

Ika-7 Kabanata
Isang nakaraan

Mag-uumaga na at isang oras na din ang nakalipas
mula nang madala sa pribadong kwarto ang bata,
siya ay walang malay na nagkahiga ngunit ang kanyang
gunita ay taon na ang layo at nasa isang nakaraan...

"Kuya! Ate! Si Tengli sinira yung bangkang papel ko!"
hagulgol na sumbong ng bata habang patakbong pumasok
sa kanilang maliit at magulong bakuran.

"Putang Instik yan! Asan yang gagong yan!"
ang maangas na tugon ng kanyang kuya Andy.
"Akala mo kung sino porket mayaman!"

"Sus! Hoy kuya Andy, ayan ka na naman."
Napatigil sa pag-luluto ang ate Aiza ng bata,
"Di ka ba matututo ha? Magpapadala ka na naman sa galit.
Muntik ka nang mamatay nung nakipag-rambol ka ah, tapos
susugod ka na naman."

Ngunit ang hagulgol ng nakababatang kapatid ang
nagpa-alimpuyo sa init ng ulo ni Andy.
"Mamatay na kung mamatay!
Naipagtanggol ko naman ang kapatid ko, tsaka bakit,
kanila ba yung sapang yun para siya maghari-harian?
Gago siya! Teritoryo natin yun kaya dapat ko lang ipakita sa tulo
laway na yun kung sino may-ari nun!
Eh, kaya naman ako muntikan
na noon, asal aso kase itong si Emil,
naturingang kapatid sa kapatiran,
kaya palang mang-traydor!
Planadong planado ko na iyong rambol na
iyon, malay ko bang may mga ambisyoso at ang gusto, sila ang sikat
sa away. Pagdating naman sa sapakan, supot! Biruin mo binenta ako
dun sa kalaban para lang iligtas yung sarili niya! Hayup talaga! "

Napabuntung hininga na lang si Aiza
at nilapitan ang umiiyak na batang kapatid,
"Haay naku, ewan ko diyan sa kuya mo,
magpapakamatay nang walang kalaban laban.
Gagawa na lang kita uli ng barkong papel, ok? Tahan na.
Teka, bakit ka ba nag-iisa sa may sapa?
Nasaan ba yung kuya Angie mo?
Siya ang naka-tokang bantayan ka ah.
Walang pasok sa kampo ngayon yun."

Nasaan nga ba ang kuya Angie ng bata?
Ayun, kasama ng mga mistah niyang nagpapanggap na anak
mayaman, pareho-parehong sarili lang ang iniintindi. Sumesweldo
man nang malaki si Angie, wala naman siyang na-i-aabot at kumukupit
pa sa ipon ng kanilang pamilya para tustusan ang mga luho.

May paniniwala kase si Angie na taliwas sa simpleng buhay na itiburo
ng kanilang nanay at isinasabuhay ng kanyang kuya Rodolfo na tulad
din niyang sundalo na may katungkulan. Si Angie dahil madaming ma-
impluwensiyang kakilala ay asal coño.

Para kay Angie, siya ay respetadong sundalo at dapat lang na
mabuhay siya nang na-a-ayon sa kanyang katungkulan.
Ano bang mapapala niya sa magulong pamilya niya,
lalo na sa pagbabantay sa nakababatang kapatid
at sa maliit na sapang malapit sa bakuran nila?

Sa kanyang pananaw,
hibang si Rodolfo sa pagkalinga sa kanilang mga kapatid
at kakarampot na ari-arian. Mali si Rodolfo na itaya ang buhay
at mag-ubos ng oras para lang sa isang Nanay na malubha na
ang sakit at sa mga kapatid na pabigat sa buhay.
Para kay Angie, ang pinag-aralan ay para magpayaman
at magka-pangalan sa kahit anong paraan.

"Yang si kuya Angie ibang iba kay kuya Rodolfo, parehong sundalo,
parehong may ranggo pero si kuya Angie, naturingang may pinag-
aralan at matapang, wala naman silbi sa atin. Ni ayaw sindakin ang
pamilya ni Tengli!" Ang galit na naman na tugon ni Andy.

"Binilin na ng Nanay noon na bumili ng magandang pambakod, wala naman nangyari. Binigyan siya ng pambili ah. Nasaan na? Sana nakapasa din ako sa PMA noon. Bakit kase hindi na lang ako pinag-aral ng mga kuya at ate sa pribadong paaralan, ang laki naman ng sweldo nila ah. Criminology! Ok na ok sana sa akin yun, eh di sana may napaglagyan naman yung tapang ko."

"Kuya Andy..."
ang biglang singit ng bata na ngayon ay may bago ng bangkang papel, "...sabi ni Nanay, mas matapang daw ang tao kapag kaya ilagay sa lugar ang galit kase mas mahirap daw kalabanin ang sarili at mas madali ang magpadala sa galit. Paano nangyari yun? Sabi niya magbilang daw muna ako ng sampu bago kumilos o magbitaw ng sasabihin kapag nagagalit. Hindi ba kapag galit dapat manapak o gumanti?"

Biglang humupa ang init ng ulo ni Andy nang makitang tuyo na ang luha ng nakababatang kapatid, lalo na't parang narinig niya uli ang ina sa mga nasabi nito. Isang malalim na buntog hininga ang tumahip sa dibdib ni Andy.

Sa kaniyang isipan, umulit ang mga bilin ng inang nakaratay ng dahil sa kanser,
"Alam mo Andy, nasa iyo ang apoy na magpapa-alab ng pagmamahal ng mga kapatid mo para sa akin, ngunit tulad ng apoy at pagmamahal, kapag ito'y naligaw ay nakakatupok."

Pinikit ni Andy ang kanyang mga mata para mapigil ang pagpatak ng luha dahil sa pagmamahal sa ina,
ngunit hindi nakaligtas sa nakababatang kapatid ang mga inipit na luha, "Kuya? Bakit? Naiiyak ka ba sa galit?"

Napayakap si Andy sa nakababatang kapatid at tumugon,
"Oo, pero tama si Nanay.
Bilang muna tayo ng sampu,
nung nagbibilang ako ng sampu,
naisip ko na isa tayo sa nagpayaman kina
Tengli kaya din siguro yumabang. Hindi naman sila ganyan dati, kalaro ko pa si Tengli dati eh, di ba kalaro mo din yung kapatid niya? Kaso, ang hilig kase natin sa tinda nila eh.
Basta nagka-pera, takbo agad tayo sa kanila..."

"...Dapat subukan natin na umiwas muna sa mga tinda nila.
Di ba parating ipinapa-alala ni Nanay at kuya Rodolfo, maging simple.
Kaya naman natin gumawa at magtanim nung mga tinitinda nila Tengli,
bakit di na lang natin gawin yun, ano?"

"Huwag ka mag-alala
kakausapin namin ni ate Aiza mo ang nanay ni Tengli
para hindi na maulit yung ginawa niya sa iyo.
Mabait naman si Aleng Nanking tsaka yung ibang mga kapatid
ni Tengli, di ba? Kaya babait din uli yang si Tengli.
Ipakita lang natin na maayos tayong mga kapitbahay,
ok ba yun sa iyo?"

Si Tony, John at ang Kuya Pepe

Naalala ng bata
ang mga nakababatang kapatid ni Tengli na inampon ng kanilang ina.
Nagkakagulo noon ang pamilya ni Aling Nanking at nakaka-awa ang mga
nakababatang kapatid ni Tengli, aping-api ang mga ito kaya hindi nag-
dalawang isip ang Nanay ng bata na tumulong.

Naalala ng bata yung mga kalat sa bakuran nila,
napapag-kitaan ng mga kuya-kuyahan niyang Intsik iyon tapos yung
napapag-kitaan, pinambibili ng paninda.

Napangiti ang bata
kase naalala niya na sinasama
pa siya nung isang kuya-kuyahan niya sa paglalako
at kapag pagod na sila kakain sila ng taho na luto
at paninda din ng isa pa niyang kuya-kuyahang Instik.

Tony at John ang pinalayaw ng Nanay ng bata sa kanila.

Biglang nangulila ang bata sa kuya Tony at kuya John niya,
malayo na kase ang kabuhayan ng dalawang yun ngayon.
Hindi na sila madalas magkita at lalong hindi niya na ito nakakasama.

Si Tony kase hindi na taho ang tinitinda, hamburger na.

Si John, hindi lang nagtitinda ng kung ano-ano ngayon,
may sariling eroplano pa! Napawi ang pangungulila ng bata
nang naalala niya si kuya John na kalaro sa bahay, si kuya John
niya ang taga-gawa niya ng eroplanong papel at masaya silang
nagpapalipad nito sa bakuran.

Sila lang sa mga inampon ng Nanay nila ang malapit sa puso ng bata,
kase maski wala na ang kuya Tony at kuya John niya sa bahay, hindi
nakakalimot na mag-abot ang dalawa at dahil dito nakakakain sila kahit
papaano at nabibili ng gamot ang kanilang Nanay.

Ipinakita na pala ng Nanay ng bata
kung paano maging isang mabuting kapitbahay,
nasabi ng bata sa sarili na ganoon pala, dapat matutong
maging mapagkumbaba at hindi magdadalawang isip na
tumulong sa mga taong gusto umahon mula sa pagsubok.

Ang murang isipan ng bata ay naguguluhan,
naging mabait naman ang Nanay nila sa kanilang kapitbahay,
bakit nakuha ni Tengli maging malupit sa kanya.
Ang tanda tanda na ni Tengli para sa ganoong asal
pero nagawa pa din niya. Bakit kaya?
Yun ang naiwang tanong sa isip ng bata.

"Hoy, nadinig mo ba yung mga sinabi ko?
Drama ako ng drama dito, tulala ka naman diyan."
ang palokong tanong ng kuya Andy ng bata.
Napukaw ang pagmumuni ng bata,
"Ay opo kuya, ok sa akin yun.
Magtatanim ako ng sibuyas, pakwan at iba-iba pang
mga halaman na pwede nating makain at pagkakitaan
para di tayo bili ng bili kina Tengli. Tapos gagawin ko yung
ginawa ni Nanay nung iniwan sa atin sina kuya Tony at kuya John.
Magiging mabuti akong kapitbahay maski salbahe si Tengli."

Napangiting aso si Andy,
"Ah si Tony at John,
hindi ko alam kung dapat ko kayong kainisan o tularan... "
ang sabi sa sarili ni Andy. Hanga si Andy sa pagka-masinop sa
pera ng dalawang kinakapatid, nang dahil nga naman sa kanilang
pag-iipon at sipag natulungan nila ang sarili at madami pang kapatid
at kinakaptid pero sadyang nakaka-ngitngit kung bakit sina Tony at
John na sobrang hirap noon ay napaka-yaman na ngayon.

Ano bang meron sila na wala si Andy?

Nahiya sa sarili si Andy
nang naisip niya na kainisan ang mga kinakapatid, tinuturuan siyang
maging masinop sa pera noon pero hindi siya nakinig.
Pinapayuhan siya ng dalawang ito noon na isapuso ang mga aral ng
buhay at matutong maging pasensyoso, kaso ang nais ni Andy ay
mabilisang paglaya sa kahirapan.

Matapang naman siya,
dadaanin niya sa tapang ang pag-asenso kaso ang mundo
ay umiinog para lang sa mga taong gumagamit ng talino.

Hindi sapat ang katapangan
dahil nagagamit ito sa maling paraan ng mga kaisipang mapanglinlang.

Hindi din sapat maging mayaman
dahil sa kahit anong oras pwedeng malamangan.

Hindi din sapat ang kasikatan
dahil pana-panahon ang trip ng tao.

Lalo nang hindi sapat ang pananampalataya
kung hindi naman ito nakikita sa buhay ng nanampalataya.

Naalala ni Andy ang mga nabasa sa iniwang sulat ng
kuya Pepe niya para sa mga Ate niyang nasa Malolos,

Hindi daw sa dahas at angas makakamit ang respeto
ng mga kapitbahay at lalo na ang respeto para sa sarili,
kundi ito ay makakamit lamang ito kung matutunan natin
na isabuhay ng tunay na salita ng Diyos at sa tamang paggamit
ng talino at galing. Pinaka-maininam daw ay ang pag-angkin ng
isang kamalayan na ginagabayan ng isang pananampalataya na
nakikita sa gawa.

Hindi nakinig noon si Andy sa payong ito
pero hindi pa huli para magbago.

Bubuhayin niya ang ala-ala ng kuya Pepe niya sa kanyang sarili
at sa mga kapatid,
"Naalala mo si kuya Pepe natin?
May pinahatid siyang sulat sa akin para sa mga ate sa Malolos
bago siya namatay…" at sa ala-ala ng bata ay sinimulang ikinewento
ni Andy sa bata ang tungkol sa kuya Pepe nila.

Ayaw iwan ng batang walang malay ang mga ala-ala ngunit ito
ay unti-unting nalusaw na parang isang magandang panaginip
sa kanyang isipan. Unti unti hinuhugot ang bata sa kasalukuyan.

102

Ang asawa at ang kinasama

Hindi mapakaling naghihintay si Nerissa sa lobby ng ospital
para sa pagdating ng kanyang Daddy, gusto niya nang matugunan
ang mga tanong sa kanyang isipan tungkol sa bata.

"Daddy, what's going on?"
ang tanong ni Nerissa sa ama na ngayon ay nakabalik na sa ospital.
Gabi na nang ito'y nakarating sa dami ng inaasikasong negosyo.

"I need to see the kid right away, only then can I tell you."
ang tanging tugon ng ama.

Sa pribadong silid nagpunta agad ang mag-ama,
naputol ang pag-uusap ni Chris at ng bata nang nakita
ang mga bagong dating.

Sa isip ng bata,
nakita na niya ang mamang ito
pero hindi niya maalala kung saan.

Nakilala agad ng Daddy nina Nerissa ang mukha ng bata
dahil nandun siya mula pa nang ipinanganak ito.
Nakita niya itong lumaki hanggang iniwan niya ang mag-iina.

"Dear God! Who would have thought."
Talagang hindi makapaniwala ang Daddy nina Nerissa
sa pagkakataong dumating, ni hindi napansin ang paghalik ni Chris
sa kanyang pisngi.

Bumaha sa isip ng Daddy nina Chris ang mga panahon na kasama
niya ang ina ng bata. Mga panahon kung saan nasaksihan niya ang
pag-ahon ng ina ng bata mula sa masakit na nakaraan.

Galing sa isang matagal na pagsasama ang ina ng bata
nang makilala ng Daddy nina Chris, mula sa isang asawa na
bagamat nagbigay ng pananampalataya sa pamilya ng bata,
ay siya rin nagturo ng kamangmangan.

Madaling nadala sa mga maling paniniwala
ang madami sa mag-iina dahil mas madami ang hindi lubos
ang pang-unawa at nasilaw sa bagong buhay na dala ng ama-amahan.

Binaluktot na mga aral ang pinaniwalaan
at isinabuhay ng karamihan.

Ang sabi kase ng ama-amahan,
kasalanan daw banggain ang mga alagad ng diyos
maski ang ilan sa kanila ay namumulitika, nanggagahasa
at nagnanakaw ng pera ng mahihirap pero banal daw parangalan
sa pyesta ang isang diyos na napupuri sa isang araw ng pagpupugay
at pasasalamat, isang araw para magpaka-bundat at magpaka-lango
sa kasiyahan. Ang pyesta daw ang makakapagpaligaya sa ipinaparadang
diyos na nililok sa kahoy at bato.

Kasalanan daw ang hindi magsimba
pero banal daw na ikamuhi ang mga mga makasalanan
at hindi kasama sa pananampalataya dahil sila ay hindi
makakapasok sa langit. Ang langit daw ay sarado sa mga
kapatid nilang mas piniling hindi igalang ang ama amahan
at ipinaglaban ang mga katutubong paniniwala o ang
kinagisnang Islam.

Kasalanan daw kilalanin ang katawan
dahil ito ay mitsa ng kamunduhan
pero banal daw ang magpadami ng anak
maski walang pangtustos ang mga magulang.
Mas madaming anak mas madaming bubuhay sa pamilya,
di bale nang di makapag-aral at sadlak sa hirap,
may awa naman daw ang diyos.

Kasalanan daw maghiwalay ang mga mag-asawang binasbasan
pero banal daw ang magpa-gulpi, magpa-gamit at magpa-api
sa piling ng asawa at isadlak ang mga anak
sa tahanang salat sa pagmamahalan.
Ito ang tahanang nakilala nina Andy at Aiza
at ng madaming ate at kuya ng bata
at ito ang asawang nakapiling ng ina ng bata
sa matagal na panahon.

Nang nagsawa at narindi sa magulong pagsasama ang asawa
ay nakuhang ibugaw ang ina ng bata sa dating kaaway.
Nasilaw ang asawa sa napakalaking halaga na inalok ng
Daddy nina Chris at tuluyang iniwan ng asawa ang ina ng bata.
Dahil tunay na napaka-ganda ang ina ng bata ay hindi nagdalawang
isip ang Daddy nina Chris sa pag-angkin sa kanya.

Inosenteng inosente pa ang ina ng bata
nang mga panahon na iyon at madaling
napapa-ikot kasama ng mga anak nito.

Isang tusong negosyante ang Daddy nina Chris
noon pa man kaya siya naging mayaman at maimpluwensiya.
Alam niya gumamit at magpa-gamit para sa kanyang ika-uunlad
at yun ang kaniyang naisip gawin sa mag-iina.

Pupunuin niya ng rangya at nilutong kaalam
ang puwang sa buhay ng mga ito para lubos na
mahulog ang loob at hindi isipin na ito ay panggagamit lamang.
Siya ay dapat tanggapin
ng bukas palad at puso sa buhay at tahanan.
ng mag-iina.

Ngunit sadyang napaka-ganda at napaka-bait ng ina ng bata
at hindi malaman ng Daddy nina Chris kung ito ba ay papakasalan
o gagamitin lang. Wagas ang puso ng ina ng bata, likas ang kabaitan
at katalinuhan, maski pilit na sinira ng asawang bugaw ang pagkatao
ng ina ng bata, matatag ang puso nito at mayaman sa pagmamahal.

Ang mga anak na iniwan ng asawang bugaw
ay pantay na pinag-ukulan ng pagmamahal ng ina ng bata.
Si Jaime, si Enrique, si Fernando ang ilan sa mga batang kasamang
inaruga ng Daddy nina Chris at ng ina ng bata
noong nagsasama pa sila.

Sinubukan minsan ng Daddy nina Chris na layuan ang ina ng bata
ngunit sadyang hindi niya ito matalikuran. Nang mga panahon na hindi
na sila nagsasama, isinalba ng Daddy nina Chris ang ina ng bata nang
lapastanganin ito ng kapitbahay na si Yamashita. Mula sa kabanatang
ito yumabong ang talamak na gamitan.

"Thanks you po."

"Hi little girl, I'm Thomas, I hope you're doing better now."
ang naging bati ng Daddy nina Chris sa batang nakahiga.
Napalakas ang kabog ng dibdib ni Thomas nang makita nang
malapitan ang bata. Kamukhang kamukha ng bata ang ina nito.

Isang mukha na madalas
magpa-alala kay Thomas sa isang kinasama
na gusto man niyang seryosohin ay hindi niya kakayanin.
Ayaw din kase matali ni Thomas sa isang pamilyang pwedeng
magpahirap sa kanya at lalong ayaw din ng madami sa mga kapatid
ng bata na magpakasal sila.

Ang mga mata ng bata
ay ang mga matang kilalang kilala ni Thomas,
dahil ito ay ang mga matang nakikita sa anak niyang si Chris.
Mga matang araw araw na nagpapa-alala na minsan may isang
malaking pamilya na naging malaking bahagi ng buhay niya.

Hindi nakilala ng bata si Thomas
dahil dalawang taon pa lang ang bata nang naghiwalay si Thomas
at ang kanyang ina pero naintindihan ng bata ang mga sinabing Innggles
ni Thomas dahil tinuruan siya ng ate Val, ate Armi at Ate Veron
ng wikang ito.

Mga wika na pinag-aralan ng kanyang mga kapatid
kaya si Ate Val niya ay naging isang magaling na abugado
na sandigan sa tuwing nagkakaso ang mga inaapi at pasaway
na kapatid, samantalang sina ate Armi at ate Veron niya ay naging
mga negosyante, na ikinagagalak ng may sakit nilang ina.

Sa pagkakataong ito,
naisip ng bata na sana hindi sineryoso
niya yung mga pagkakataon na tinuturuan siya ng mga ate niya
dahil bagamat nakakaintindi siya ng Innggles ay hindi naman siya
magaling gumamit nito.

106

Pero dahil malakas ang loob ng bata, sumagot ito kay Thomas,
"May lagnat daw po ako sir pero the doctors tells me I'm ok."
Ang sagot ng bata na nagpangiti sa mag-aama.
"Good night po Sir Thomas. Thanks you po."

"Hahaha, oh yes, I guess that's going to be a good night indeed.
It's time for you to have that long good night's rest so that you'll
get well sooner. I'm sure my daughter, Chris here, kept you up the
whole time."
Ang pagsalo ni Thomas sa maling gamit ng Inggles ng bata.
Naunawaan naman ni Thomas na ang gusto sabihin ng bata ay
"Good evening" pero nilaro niya itong pagkakataon na ito para
makapag-paalam at maka-usap ang kanyang dalawang anak.

"Daddy, uuwi na tayo? Can't I just stay?
Ako na ang magbabantay sa bata." Ang pangunglit ni Chris.
Siniko ni Nerissa si Chris at tiningnan upang ipahiwatig na
kailangan silang maka-usap ng kanilang Daddy nang sarilinan.

"Don't worry Chris, I'll call your ate Yvonne, she's a great nurse,
you know and she'll be able to look after this little girl while you
get some good rest yourself." at bago iniwan ng mag-aama ang bata
upang makapagpahinga, hindi naiwasan ni Chris na muling hawakan
ang noo ng bata para maniguro na mababa na ang lagnat nito.

Napangiti ang bata sa kabaitan naramdaman at nagpaalam,
"Kita uli tayo bukas ate Chris. Salamat ha."

Ika-11 Kabanata
Ang pangalan ni Nanay

Pag uwi sa bahay,
nagulat at natuwa si Chris nang makita ang ate Yvonne niya
na naghahanda ng hapunan. Taon na din kase mula ng huling
nagkasama ang magkapatid,
"Ate! Wala kang duty ngayon! I'm so happy to see you!
Ang tagal na natin hindi nagkikita. Uy bilisan mo kumain,
sabi ni Daddy, ikaw daw ang magbabantay dun sa bata
na tinulungan namin. Ang galing ng family natin, ano.
Ang daming natutulungan."

Isang malungkot na ala-ala ang nahila
sa mga nasabi ng nakababatang kapatid.
Naalala ni Yvonne ang sanggol na pinagbuhusan
niya ng panahon noon, isang sanggol na nagkabali-bali
ang buto at halos mamatay dahil walang awang binugbog
ng sariling lolo. Napabuntong hininga si Yvonne, sa pangamba
na baka ang batang babantayan ay pareho din ng kwento. Padami
ng padami ang ganitong mga kaso sa pampublikong ospital, kaya
niya ito iniwan. Gusto na ni Yvonne magmanhid ang kaniyang puso
sa mga ganitong kaso pero sadyang hindi niya makuhang gawin lalo
na sa batang pupuntahan niya sa ospital, dahil kilala niya kung sino ito.

Naputol sa pag-iisip si Yvonne ng kwentuhan siya ni Chris,
"Ate, alam mo yung bata, kamukha ko tapos masarap siyang kausap.
Sabi niya mahilig daw siyang maglaro ng patintero at bahay- bahayan.
Ano yung patintero, ate?
Tayo di ba mahilig din mag-bahay-bahayan?
Nagkwento yung bata na dinala daw siya nung isang kuya niya
sa lugar na maganda daw mag-bahay-bahayan at madaming kalaro,
tapos umiyak siya. Bakit kaya?
Tapos ayaw na niya magkwento tungkol dun."

Kinalabutan si Yvonne nang madinig ito mula sa batang kapatid,
nagkatinginan sila ni Nerissa at ng kanilang ama habang kumakain
dahil alam nila ang ibig sabihin nito.

"O, ate Yvonne, aalis ka na? Hindi ka pa finish sa food mo."
gulat na tanong ni Chris.
"Sabagay, sige alis ka na,
kawawa naman yung bata walang kasama.
Ingat ka ate. Love you!"
ang mga inosenteng pabaon ni Chris sa nababagabag niyang ate.

Pagdating na pagdating ni Yvonne sa ospital,
tinawagan niya agad ang kuya Gabriel nila,
"Kuya, call Daddy, there is something you need to know,
sunduin mo na din si ate Rons."

Nanlalamig ang mga kamay ni Yvonne
nang pumasok sa pribandong kwarto ng bata,
pero ang kaba ay napilitan ng sabik nang makita ang bata
na gising at nanood ng TV. Wala na itong swero.

 "Magandang gabi po, doktor ko po ba kayo?"
ang ka-aya ayang bungad ng bata kay Yvonne.
"Ay naku hindi mahal, ate ako ni Chris. Mukhang ok ka na ah.
Maganda na ang kulay ng labi mo para sa kagagaling lang sa sakit.
Fighter ka talaga, ano? Manang mana ka kay ..."
biglang natigilan si Yvonne sa pagsambit,

"Manang mana po ako kanino? Magkakilala po ba tayo?"
ang nalilitong tanong ng bata.

Hindi napigilan ni Yvonne na yumakap sa bata,
hagulgol ang tanging sinagot niya sa batang takang taka
sa buhos ng emosyon na ipinadama sa kanya ng bagong
dating na babae.

Sa gitna ng mga luha, kinausap ni Yvonne ang bata,
"Mahal, ang tunay na pangalan ba ng Nanay mo ay May-i?"

Gulat na gulat ang bata sa sinabi ni Yvonne,
dahil silang magkakapatid at ang Nanay ni Tengli na si
Aling Nanking lang ang tanging nakaka-alam nito.

Sa pagtango ng oo ng bata,
hinawakan agad ni Yvonne ang mga kamay nito,

"Magkapatid tayo mahal, pareho tayo ng Nanay.
Nandoon ako nang ipinanganak ka, two years old ka lang nang huli
kitang makita ngayon ang laki laki mo na. Kamusta na si Nanay?
Malubha ba siya?"

Hindi maintindahan ng bata ang mga sinasabi ni Yvonne,
paano nangyari na magkapatid sila?

Ika-12 Kabanata
Ang katotohanan

"Sorry mahal kung
mahirap intindihin ang mga sinasabi ko
pero sabik na sabik akong magpakilala sa iyo,
walang araw ang nagdaan na hindi ko kayo na-iisip.
Buwan buwan nagpapadala ako
ng pera para sa panggastos ninyo.
Nagkikita kase kami minsan ng kuya Angie
sa isang mall at dun ko nalaman na may kanser ang Nanay..."

Naputol ang pagsasalita ni Yvonne nang paluha at galit
na nagsalita ang bata,
"Malubha na si Nanay!
Hindi ko po alam 'yang perang sinasabi ninyo!
Hirap na hirap po kame, madalas kulang ang pagkain namin,
may mga araw na wala kapag na-de-destino ang kuya Rodolfo.
Ganun din kapag hindi dumadating sa oras ang mga padala ng
mga ate at kuya ko.. "

"Ang dami sa mga ate ko ang nag-katulong
kung kani-kaninong kapitbahay para lang igapang
ang pamilya namin para sa araw araw may ma-kain kame!
Sa dami namin mag-ka-kapatid iilan lang ang kumikilos para
gumanda buhay namin at pagalingin si Nanay. Sino ba kayo?
Bakit ninyo ako sinasabihan ng kung ano-ano?"

Napakasakit para kay Yvonne ang mga nadinig,
hindi niya akalain na napakalaki na ng pinagbago ng buhay
na kinagisnan niya noong magkakasama pa silang magkakapatid
sa piling ng kanilang Nanay. Buong akala niya ay umasenso na
ang kabuhayan ng kaniyang Nanay dahil madami siyang half at
step brothers at sisters na tanyag at mayayaman.

Bakit parang walang nagmalasakit sa kawawa nilang ina
at sa mas madami pa nilang mga kapatid?

"Anong nangyari? Bakit nagka-ganoon ang buhay ninyo?"
ang hindi napigilang tanong ni Yvonne sa bata.

Matapang na sagot ang naging tugon ng bata,
"Huwag ninyo po akong piliting maging bastos,
kung totoong kapatid kita, alam mo ang payo ng Nanay
na maging magalang lalo sa nakatatanda.
Sabagay sa dami ng mga kuya at ate ko, ilan nga lang ba
ang nakinig kay Nanay, ano?
Habang lumalaki ako, nakita ko silang harap-harapan bastusin
ang mga pangaral ni Nanay.
Nandyan yun madidinig kong nag-aaway ang mga ate at kuya
nang dahil lang sa pera.
Nandyan yung madalas na yabangan sa porma,
ang dumi dumi naman ng tinitirahan namin
at alam ninyo po ba ang pinaka-nakakainis?
Yung dadalawin ka ng mga katulad ni kuya Angie,
ipaparada yung mga bago nilang gamit tapos makiki-ihi lang pala.
Ni hindi po kame pinapasalubungan ng kahit ano at hindi man lang
nag-iiwan ng pagkain o bitamina man lang para kay Nanay,
alam naman nila na ang dami dami namin sa bahay
at walang wala dahil may sakit si Nanay. "

"'Yang si kuya Angie, sabi ng kuya Andy ko nagpakamatay daw
nang na-iskandalo, sabi sa tsismis, marangal daw para sa mga
Hapon ang pagpapakamatay kapag nasisira ang pangalan.
Bakit di naman siya Hapon ah, tsaka kung marangal pala yun,
eh di dapat matagal na kaming nagpakamatay kasama ni Nanay!
Ang dami kayang mga kuya at ate ko ang sumisira
sa pangalan ni Nanay. Hindi alam ni kuya Angie isa siya sa mga yun!
Puro pagpapasikat at pagpapayaman,
ni minsan di man lang kame inalagaan."

"Sus! Malamang tinamaan din ng konsensiya ang kuya Angie,
nahiya siguro sa sarili pero yung mga perang binilin sa kanya ni Nanay,
malamang kasama din ng pera mo, sinama niya sa hukay.
Sayang sana pinangkain o pinang-aral na lang namin o ipinanggamot
kay Nanay..."

"Ang dami kong mga ate at kuya na nakakasalubong, yung iba ayaw
ako kilalanin. Bakit? Dahil iba ang tatay ko at kayumanggi ako?"

"...Bakit?
Dahil may pera na silang magpakulay mais sa buhok at magpa-puti?
Bakit? Dahil ba may mga pinag-aralan sila? Bakit? Kinakahiya nila ako?
Sila ang nakakahiya!
Nakukuha nila mag-ubos ng pera para pagandahin ang sarili,
bulok naman ang kalooban!
Sila ang nakakahiya!
Mga hindi marunong magmalasakit sa mga tulad ko na gusto
makapag-aral at nagsisikap.
Eh kung ganoon pala ang may pinag-aralan di na lang ako mag-aaral!"

"At bakit? Sino ba nanay nila?
Maski ano itsura nila at kung saan man sila magpunta
at kahit ano pa ang marating nila, iisa lang ang Nanay namin!
Eh, kung yung kayabangan ba nila eh nakakatulong sa pagpapamot
kay Nanay eh di mas maganda!
Kaso ni bumisita or kamustahin si Nanay man lang nakalimutan na!"

"Meron naman akong mga ate at kuya sa bahay,
naku nagkakanda-paos sa pagtanggol kay Nanay,
eh, ni maglinis ng bakuran di magawa!
Ako pa ang nagpupulot ng kalat nila!
Buti kamo yung iba pwede ikalakal,
para naman may pambili ako ng bagong lapis
at notebook pero madalas yung kalat, naiipon sa sapa!
Kaya ayun kapag umulan, sa covered court kame nagsisiksikan.
Ewan ko, hindi matuto maging masinop ang mga ate at kuya,
siguro kapag lumubog yung buong bahay at madami sa amin
ang nalunod, dun pa lang siguro sila magbabago."

Nagulat si Yvonne sa kamalayan ng bata
na higit pa sa mga taong inilakad nito sa mundo.
Ang bigat dalahin para kay Yvonne ang mga kwento
pero ligaw sa sama ng loob ang isipan ng bata at hindi niya
ito mapa-hinahon,

"Alam ninyo po ba kung bakit ako napadpad sa Maharlika?
Dahil tumakas ako sa bahay-bahayan kung saan dinala ako
ng pulis kong kuya..."

Sa bahay-bahayan

"Tama na mahal, baka mabinat ka..."
ang paulit ulit na pagsusumamo ni Yvonne
pero sadyang puno ng hinanakit ang bata,

"Dapat ninyo pong malaman kung ano ang mga nadinig at nakita ko,
ang dami naming magkakapatid na sinama ng pulis kong kuya
sa bahay-bahayan na iyon,
ilan sa kasama ko dun ay iyong mas
nakababatang kong kapatid na nueve
at yung ate kong kaka-16 lang.
Maganda po dun, ang daming Christmas lights, malamig
at ang laki ng kama,
talunan pa kame ng talunan
noong tanghaling dinala kame sa malaking kamang iyon.
Tapos nang gumabi, ang daming mga mama sa baba,
yung iba kamukha ng Daddy mo,
yung iba kamukha ng kapitbahay namin na si Yamashita,
yung iba mga tropa ni kuya Angie,
nandun pa nga yung barangay chairman namin.
Kilala ko si Kapitan, kase parating tumutulong yun kay Nanay."

"Nag-agawan kaming magkakapatid
nung nag-akyat ng tuyong cake yung kuya kong pulis,
tawag daw dun brownies. Ang dami nilang nakain maski busog na,
tinikman ko pero di ko nagustuhan. Lasang damo!
Tapos mayamaya, nawala na si kuya,
nawawala na din yung ilang ate ko
at yung mas bata kong kapatid...Nag-alala ako."

"Alam ko na ang mga nangyari mahal,
tama na, magpahinga ka na..."
ang nanginginig na mga salita ni Yvonne.
Ayaw ni Yvonne malaman ang mga nangyari.
Mas mabuti nang hindi niya alam pero mapilit ang bata.

"Hindi, hindi ninyo po alam ang mga nangyari
dahil hindi ninyo po alam ang katotohanan.
Pero papaalaman ko sa inyo, paparamdam ko sa inyo. "
ang galit na paggiit ng bata.

"Nakita ko ang ate ko na nakaluhod sa isang mama,
natakot ako kase sinasabunutan at sinasampal siya ng mama.
Nadinig ko ang mama na binabastos ng mura ang ate ko
at sinisigawan na hindi daw siya nasasarapan at galingan daw ni ate.
Sabi pa ng mama ,
"Manang mana ka sa puta mong ina!
Pamilya kayo ng mga puta!
Handang ibenta ang lahat para lang sa pera!
Sige! Trabahuhin mo ako!
Pagsalbihan mo ako! Galingan mo sabi!"
Hinding hindi ko makakalimutan ang mga sinabi nung mama
at lalo na yung boses nung mama, dahil kilala ko siya, siya si Kapitan!
Isang kinakapatid na dayo daw mula sa kung saan.
Buong akala ko, tinutulungan niya si Nanay, maling mali pala ako!"

"Naging madahas ang mga galaw ng walang hiyang Kapitan
at nadidinig kong naduduwal si ate, madilim at hindi ko alam
kung anong ginagawa nila. Takot na takot ako. Hindi ko alam
kung anong gagawin. Puro iyak ng mga kapatid ko ang nadadaan
ko sa iba't ibang kwarto. Hindi ko alam kung kanino magsusumbong,
nasaan na ba si kuya? Alam mo ba kung saan ko siya nakita?
Yung kuya kong pulis, hawak niya ang mga kamay ng kapatid kong
siyam na taong gulang habang nakapatong yung mamang kahawig
ng Daddy mo!"

Biglang natigilan ang bata,
isang ala-ala ang nahugot sa kanyang isipan,
nakita na niya ang eksenang ito,
ngunit hindi ang nakababatang kapatid
ang pinapatungan ng banyaga.

Nanlamig ang mga kamay ng bata nang naalala ang nakaraan,
kilala niya ang Daddy nina Chris!

Ito yung mamang nakita ng bata na nakapatong sa Nanay niya nung gabing maulan. Yun yung panahon na sila-sila na lamang mag-iina ang magkakasama at matunog sa lugar nila ang halinhinang panghahalay ng kapitbahay nilang si Yamashita kay aling Nanking at sa Nanay ng bata.

Natulak ng bata si Yvonne dahil sa nag-aalimpuyong galit,
"Layuan mo ako!
Talagang lahat ng bagay may kapalit!
Tatay mo pala yung gumamit kay Nanay!
Inapi na nga kame ni Yamashita tapos nakuha pa
ng Tatay mo na gamitin siya? Para niyang hinayaan
na mamatay kame ng isang matagal na kamatayan!
Ngayon ako naman? Bakit gagamitin din ba ako ng Tatay mo?"

Ika-14 Kabanata
Isang punyal

"Hindi mo alam ang mga sinasabi mo mahal"
ang mahinahon na pagkukubli ng sama ng loob ni Yvonne.
Sa oras na yun dumating na sa ospital ang mga mas nakatatandang
kapatid ni Yvonne na sina Rons at Gabriel
at sa may pintuan ng pribadong kwarto sila ay natigilan.
Nadinig nila ang lahat ng mga sinabi ng bata at itinatanong sa sarili,
"Bakit wala kaming nagawa?"
Awa sa bata ang kanilang nadama
na sa murang edad ay nabulok na ang pagtitiwala at pag-asa ng bata.

"Alam na alam ko ang mga sinasabi ko!"
ang pasigaw na sagot ng bata kay Yvonne,
"Hindi nirespeto ng Daddy mo ang Nanay ko!
Napakabuti ni Nanay, lahat gagawin niya para sa amin
pero bakit na maski alam na ng Tatay mo ang problema ng Nanay,
nakuha pa niyang gawin yun? Buhay ka na nun, di ba?
Bakit hindi mo man lang ipinaglaban si Nanay?
Tapos ngayon nakukuha mong sabihin na magkapatid tayo?
Anong na ba ang nagawa mo para kay Nanay?
Papaano tayo naging magkapatid kung
wala sa puso mo ang Nanay natin?
Para saan ang pera mo kung hindi naman ito nakakatulong sa kanya?"

Hindi napigilan ni Gabriel hindi magsalita
at ito ay pumasok sa kwarto,
"Ano ang gusto mong gawin namin?
Nandito kame ngayon, kasama mo at handang handang iayos ang lahat."

"Sino ka naman?
Patawarin ako ng Nanay ko pero huwag kayong ipokrito!
Anak kayo ng ama ninyo! Lahat ng tulong ninyo may kapalit!
Iayos? At lahat pa talaga ha. Yung alam ninyong buhay namin,
ala-alang paso na. Nakuha ninyo magtiwala kay kuya Angie na
ampaw ang pagkatao pero hindi kayo makakuha ng panahon na
bisitahan kame at alamin ang katotohanan..."

"...Ano ba yung siguraduhin ninyo man lang
na yung mga pinapadala ninyo ay nagagamit namin nang maayos.
Ang dali ninyong magtiwala dahil lang sa pangalan at katungkulan na
parehong walang kwenta naman."

"Pareho pareho kayo ng mga ate at kuya kong yumaman,
padala lang ng padala, hindi ba ninyo alam na higit pa sa
pera ang kailangan namin at lalo pa ng Nanay!
Pagmamahal ninyo ang kailangan namin!
Bakit hindi ninyo man lang kalingain ang mga nagsusumikap sa amin?"

"Alam ninyo na pala na may kanser si Nanay,
hindi ninyo man lang dalawin.
Si ate Veron, maski madaming ginagawa,
may oras pagandahin si Nanay at maglinis ng bahay.
Si ate Armi, maski ang layo sa amin, nakapagpatayo ng karinderya
sa bakuran namin para sa panggastos ng gamot ni Nanay.
Nabigyan trabaho pa ang mga kapatid ko.
Hindi naman hihilingin ni Nanay na tumira kayo sa amin
dahil ayaw niya maging pabigat pero paramdam ninyo naman
sa kanya at sa amin, na iisa lang ang pamilya natin. "

"Lalong hindi namin kailangan ng awa ninyo,
ang kailangan namin makasama o maka-usap kayo
maski paminsan minsan. Makita o madinig namin sa inyo
ang tamang paraan para lumaban ng sabayan.
Alam ko makulit kame at mahirap matuto
pero lahat naman nadadaan sa pagtitiyaga
at nabubuhat ng inspirasyon, di ba?"

"Hayaan ninyo kame magtiyagang matuto
at kayo ang aming maging inspirasyon.
Ayaw namin umikot sa isang sulok ang mga buhay namin.
Ayaw ko madinig uli ang mga sinabi ng walang hiyang Kapitan.
Hindi puta ang Nanay ko!"
Walang tigil ang agos ng luha ng bata sa galit at sama ng loob.

"Nakalimutan ninyo na ang pangral ni Nanay... "
at sa mga labi ng bata nadining muli nina
Yvonne, Gabriel at Rons ang mga salita ng ina:

"...walang makukuhang sustansiya
ang iyong kaisipan sa pera,
hindi sa pagpapayabong nito magkakaroon
ng halaga ang iyong pagkatao,
dahil ang tunay na respeto at paghanga
ay walang presyo."

Natigilan sina Yvonne, Gabriel at Rons.
Parang isang punyal ang tumagos sa kanilang
mga damdamin nang muling nadinig ang mga salita
ng kanilang ina. Hindi na nakuha ni Rons lumampas
pa sa pintuan na kanyang kinatayuan sa labis na pangungulila
sa ina at sa pamilyang kinalakihan. Tanging ala-ala ng kanyang
mapagmahal na ina ang tumatakbo sa kanyang isipan.

Ika-15 Kabanata
Ang mga pabaon

Naalala ni Rons ang araw na sila ay isinama ng kanilang ama,
si Gabriel pa nga ang nag-impake ng gamit nila ni Yvonne. Naalala
ni Rons ang mga haplos ng kanilang Nanay sa kanilang mga pisngi.
Mga haplos para burahin ang kanilang mga luha at lungkot.

Ayaw sana nila iwan ang ina
ngunit ang mismong ina ang kumausap sa kanila,
"Mga anak, alam ko ayaw ninyo ako iwan,
ayaw ko din kayong mahiwalay sa akin pero huwag natin pabigatin pa
ang mga loob natin. May mga bagay na talagang kailangan gawin at
dapat mangyari. Hindi ba nasa banal na libro yan? Hindi ba itinama na
natin yung mga maling paniniwala na isang parusa ang mga masasakit
na nangyayari sa ating buhay?"

"Huwag na huwag ninyo kakalimutan ang itinuro ko sa inyo ha.
Parati ninyo tandaan, na ang mga plano ng Diyos ay higit pa sa mga
ninanais natin at ang pagmamahal ng Diyos ang papawi ng ating mga
pangamba. Totoo na may awa ang Diyos, panghawakan natin 'yan,
pero hindi niya ibibigay sa atin ang mga nais natin kung ito ay
makakasama o kung hindi tayo handa para sa gusto nating biyaya."

"Parati ninyong alalahin ang mga masasayang panahon na
buo ang pamilya natin, hindi para panghinayangan
pero para magpasalamat at minsan sa buhay natin, naging masaya
at buo tayo. Sabi nga ng Daddy ninyo, it's better to have loved and
lost than never to have loved at all.
Maiintindahan ninyo din ito habang lumalaki kayo."

"Huwag ninyo din ikasama ng loob
ang paghihiwalay namin ng Daddy ninyo,
lagyan ninyo parati ng pagpapahalaga
ang mga mabubuting aral sa mga masasakit na nangyayari.
Ngayon na di na kame magkasama ng Daddy ninyo, hindi na
kame mag-aaway at malay mo mananahimik na ang mga
half sisters at brothers ninyo.
Alam ninyo naman ang sentimyento ng mga yun,
ayaw kase nila sa mga pinakikisamahan ko."

"..Alam ninyo naman ang sentimyento ng mga yun,
ayaw kase nila sa mga pinakikisamahan ko."

"Gusto ko pahalagahan ninyo ang ating nakaraan,
masaya o masakit man ito dahil diyan dapat tayo natututo.
Kaya din siguro nagkaka-ganito tayo kase binalewala natin yun. "

"At higit sa lahat,
huwag na huwag kayo magpapadala sa mga sabi-sabi,
madami kayong madidinig dahil malupit ang tao sa mga bagay na
di nila nauunawaan, pero dahil ako ang inyong Nanay, mas kilala ninyo
ang sarili ninyo. Ang inyong pagkatao ay higit pa sa ating nakaraan at
sa kung anong iniisip ng iba,
dahil tayo ang magtatakda ng ating kinabukasan,
sa ating gawa tayo aani ng respeto
at ang ating tamang kaisipan ang bubura sa mga maling pananaw."

"Masakit para sa atin ang paghihiwalay
pero huwag tayo magpapadala sa lungkot,
tanging tiwala sa Diyos
at pagmamahal ko ang isipin at kapitan ninyo.
Parati ninyong ipagpasalamat kung ano man
ang buhay na meron tayo, masaya, malungkot,
masagana o masalimuot man ito."

Mahigpit na niyakap ng ina sina Gabriel, Yvonne, Rons
at ilan pa sa mga magka-kapatid na naging bunga ng
pagsasama ng kanyang ina at ama.

Ang masarap na yakap na 'yon ang huling
ala-ala ni Rons sa kanyang ina.

Naupos ang galit at sama ng loob ng bata
nang wala sa isip na nasabi ni Rons ang pinakamahalagang
pabaon ng kanilang Nanay,

"...tanging tiwala sa Diyos
at pagmamahal ko ang isipin at kapitan ninyo..."
at sabay na namutawi sa kanilang mga labi ang bilin ng Nanay nila.
"Parati ninyong ipagpasalamat kung ano man
ang buhay na meron tayo..."

Ika-16 Kabanata
Isang pamilyar na daan

Mag-aalas otso na ng umaga nang magising sa isang
magandang umaga ang mga nasa pribadong kwarto.
Sabik pare-pareho sa nakatakdang paghatid sa bata.

Sa pagbaba sa lobby ng ospital,
hindi mapakaling naghintay ang bata,
sa pagdating nina Chris at Nerissa.

Gustong gusto na makita muli ng bata si Chris,
at lalong gustong gusto na ng bata ipakita sa Nanay nila ang kapatid
niyang si Chris. Nalaman ng bata kagabi na nagsisimulang lumakad pa
lang si Chris nang nahiwalay sa kanilang Nanay at sigurado ang bata
na ikagagalak ng ina na makita ang nahiwalay niyang ditse.

Pagkakitang-pagkakita ng bata kay Chris
ay agad niya ito pinuntuhan at niyakap,
"Ate Chris, totoong ate pala kita!
Uy, maraming maraming salamat ha,
hindi mo ako pinabayaan. Magaling na ako."

"Oo nga!" ang masayang tugon ni Chris,
"Ang galing ano! Magkapatid pala talaga tayo!
Uy di ka na mabaho! Hahahaha!"
Tawanan ng dalawang bata ang nagbigay ngiti
sa malaking pamilyang papaalis na ng lobby ng ospital.

Masayang masaya ang dalawang bata sa araw na ito.
Parehong hindi na makapaghintay na makita ang kanilang Nanay.

"Si Daddy nga pala, kuya Gabriel hindi ba siya sasama?"
ang inosenteng tanong ni Chris.
"Oo nga, Daddy has to come with us, malay mo,
magkabalikan sila ni Nanay." ang natutuwang pagsang-ayon ni Nerissa.
Natigilan ang bata sa gusto imungkahi ni Nerissa.
Alam niyang hindi ito magugustuhan ng Nanay.

Ngunit nagsalita si Gabriel,
"I know there is no "i" in team, but this is a family.
And there is an "i" in family, and I am the eldest,
nag-usap na kame ni Daddy, mas maganda na tayong
magkakapatid na lang ang pumunta."

"Pero kuya..." ang pagkontra nina Chris at Nerissa,
ngunit sumang-ayon si Rons at Yvonne kay Gabriel
at sinabihan ang mga mas nakababatang kapatid,
"Believe me girls, it's for the best."

Naputol ang pag-uusap ng mga magkakapatid
nang makilala ni Nerissa ang mama sa information counter
at kinuha ang atensyon ni Chris,
"Di ba siya yung taxi driver na tumulong sa iyo?"

Agad na nagkakilalanan ang tatlo,
"Manong! Ano po ang ginagawa ninyo dito?"
ang tanong ni Chris sa taxi driver.
"Uy, kayo talaga sadya ko." ang tugon ng taxi driver,
"Kakamustahn ko sana yung batang hamog na sakay ko
nung isang araw. Magaling na ba?"

"Ay opo, magaling na
at nasa van na po ni kuya,
ihahatid na po namin sa Nanay namin.
Hindi po siya batang hamog."
ang inosenteng sagot ni Chris.

"Hahatid sa Nanay ninyo?"
ang litong tanong ng taxi driver.
"Naku manong, mahabang kwento. Huwag ninyo na lang alamin,
 gusto ninyo po bang sumama sa paghatid sa bata?
Welcome po kayo sumama, aba, kung di dahil sa kabutihan ninyo,
di siguro makaka-uwi sa Nanay namin yung bata at baka kung ano
pa ang nangyari sa kapatid ko." ang maingat na sagot ni Nerissa.

Nalito ang taxi driver sa mga sinabi sa kanya ng magkapatid,
pero ayaw niyang maging tsismoso kaya hindi na lang niya ito inusisa,
"Sige, kunin ko yung taxi. Sundan ko kayo."

"Huwag na po manong, sayang ang gasolina mo, hindi naman po puno yung kotse ko, doon ka na lang. Si Chris sigurado ako sa van sasakay yan at nandun yung bata."
ang alok ni Nerissa at sumang-ayon naman ang taxi driver,
"Naku salamat, sabagay may punto ka. Pang boundary ko na lang yung matitipid ko."

May kalayuan din ang lugar ng kanilang ina mula sa ospital.
Hindi na pamilyar sa mga may hawak ng manibela na sina Gabriel at Nerissa ang mga daan papunta sa kanilang Nanay pero para sa taxi driver, kilala niya ang daan na ito.
Hindi dahil siya ay isang taxi driver
ngunit dahil ito ang lugar na matagal na niyang hindi nadadaanan
Ito ay pilit niyang iniiwasan dahil sa akala niya
ay hindi pa siya handang balikan.

Sa unang kantong nilikuan, naalala niya na dun siya
pumepwesto para magtinda ng dyaryo, sigarilyo at kendi,
naalala niya yung mga mas matatanda niyang kuya na sinisindak
siya kapag di niya pinagbibigyan mangupit ng sigarilyong tinda.
Umalon ang sikmura ng taxi driver nang mahalungkat ang nakabaong sama ng loob, kaya di siya nakatapos ng high school dahil sa mga kupit ng kuya niya. Mga pabigat na nga, nakuha pa pag-tripan ang nagsisikap.
Kulang tuloy parati ang kita niya.

Naputol sa pag-iisip ang taxi driver ng tumigil ang mga sasakyan
at nagsibabaan ang mga sakay.

Napako sa kinaroroonan ang taxi driver dahil kilalang kilala niya
ang bakuran at ang bahay na pinaghatiran.
Sa tagal ng panahon wala pa din nagbago,
lalo lang dumumi at dumami ang nakatira.

Maski madaming tao, napansin ng taxi driver ang
isang pamilyar na mukha.
Sa unang pagkakataon ay nakita ng taxi driver ang batang
binuhat niya mula sa Maharlika, mangha at tuwa ang naghalong
damdamin ng taxi driver. Kilala ng taxi driver ang mukha ng bata,
kamukhang-kamukha nito ang kanyang ina!
Nangilid ang luha ng taxi driver nang maalala
ang pangakong binitawan sa ina,

124

"Magsisikap po ako at aayusin ang buhay ko.
Patawarin mo ako, Nanay, kailangan ko po kayo iwan.
Di po aayos ang buhay ko kung hahayaan ko lang maging
api-apihan ako.
Pangako ko po sa inyo,
kapag naisabuhay ko na ang mga payo ninyo, babalik ako."
Matamis na ngiti ng ina at isang mapang-unawang hawak
ang isinagot at ipinabaon ng ina sa taxi driver.

Ang matamis na ngiti at ang mapang-unawang hawak
ay tila nabuhay mula sa kanyang ala-ala, dahil nasa tabi na niya
ngayon ang bata na sinundo niya mula sa dilim at ito ay nakangiti
at hawak ang kamay ng sa taxi driver.

Iisa ang ngiti ng bata at ng kanyang ina.
Napagtangpi-tagpi ng taxi driver ang lahat,
"Sino mag-aakala na kapatid ko ang lahat ng mga taong ito."
ang nasabi sa sarili ng hindi makapaniwalang taxi driver.

Isang matamis na boses ang lumabas mula sa labing nakangiti,
"Manong, halika papakilala ka namin kay Nanay.
Matutuwa yun kapag na malaman ang ginawa mo
para sa akin at para kay ate Chris.
Bayani ka namin ni ate!
Matutuwa talaga yun na may mga
tunay at buhay na bayani pa na tulad mo!
Ako nga po pala si Mike, yun po palayaw ko."

Maluha-luha ang taxi driver sa mga nadinig, at nasabi sa sarli,
"Bayani? Ako?" napa-iling na lang siya. "Teka, Mike? Babae ka di ba?"
Masarap na tawanan ang pinagsaluhan ng bata at ng taxi driver.

Punong puno ang kanilang puso ng kaligayahan lalo na ang taxi driver.
Hindi niya mailagay kung saan nagmumula.
Ito ba ay dahil sa papuri ng isang bata sa kanyang nagawa?
Ito ba ay dahil sa handog ng mapaglokong tadhana?
Ito ba ay dahil sa wakas, magkikita na muli sila ng kanyang ina?

Pinutol ng isang yakap ang pag-iisip ng taxi driver,
"Manong, maraming salamat talaga,
sinundo mo ako doon sa dilim." ang pasasalamat ng bata.

"Walang anuman,
pero mas higit ang pasasalamat ko sa iyo,"
ang tugon ng taxi driver at siya ay lumuhod para maabot ang
mukha ng bata, at dun sa mga mata ng bata taos puso niyang sinabi,
na parang ang mismong ina ang kausap,
"ang totoo,
ako ang talagang sinundo mo mula sa dilim...."

Magkahawak kamay na pumasok ang magkapatid
sa loob ng bakuran. Puno ng kaligayahan at pag-asa
sa isang bagong simula kasama ng kanilang Ina.

"Our liberty
will not be secured at the sword's point...
We must secure it by making ourselves worthy of it.
And when the people reach that height,
God will provide a weapon, the idols will be shattered,
tyranny will crumble like a house of cards,
and liberty will shine out like the first dawn."
(from "El Filibusterismo")

Artwork by: Karlo Barriga

Contact: job_elizes@yahoo.com - tatay@usa.com - Listed Books:

Writings 1 Book, 2012 + + **1. Obit,** *Bambi Harper* + + **2. Speech, UP, 2003,** *Butch Jimenez* + + **3. Speech, Silliman U, 2006,** *Butch Jimenez* + + **4. The Mission Moment,** *Dr. Phil Stack* + + **5. Subanon Spirits of Rice & Land** - *Noel Cornel Alegre* + + **6. I Look Out The Window** - *Atty. Toto Causing* + + **7. Ride On A Bus, Poem,** *Melanie Ferrer, et al* + + **8. Why Am I Doing This,** *Susie Barbieri* + **9. How To Court A Philippine Lady,** *Rodel Ramos, et al* + + **10. Story of Bacna Surgical Mission,** *Sylvia Salvador* + + **11. Catch That Story,** *Tatay Jobo Elizes*

Writings 2 Book, 2012 + + **1. There Is Hope For The Philippines,** *Grace Padaca* + + **2. Pointers On Employment Abroad,** *Melanie Aquino* + + **3. Without KNCHS: (Love story),** *Atty. Toto Causing* + + **4. 422 Years Ago,** *Rodel Rodis* + + **5. Filipino American History Month,** *Rodel Rodis* + + **6. A Need For Reflection, Gloom,** *Cesar Torres* + + **7. Did Ninoy Die For Nothing,** *Joey Concepcion* + + **8. Criteria** - **American Institute of Philanthropy,** *Charity Guidelines (Feature)* + + **9. Coming Revolution In The Ballot,** *Cesar Lumba* + + **10. 2009, A Retrospective,** *Cesar Lumba* + + **11. Strangers In Our Own Country,** *Casiano Mayor Jr.* + + **12. The Gypsy Soul,** *Casiano Mayor Jr.* + + **13. An End To Cheating,** *Sonny Coloma* + + **14. Toward Culture of Giving, Not Having,** *Sonny Coloma* + + **15. 100 Reasons to be Proud as Pinoys,** *Anonymous*

Writings 3 Book, 2010 + + **I. EPIC25, Emerging Philippines Investors Coalition,** *Norman Madrid* + + **II. Management Ability As An Issue,** *Dr. Rene B. Azurin* + + **III. Do We Really Want To Give Our Politicos More Power,** *Dr. Rene B. Azurin* + + **IV. Will 2010 Fulfill High Hopes For Better Life,** *Ernie D. Delfin* + + **V. Comelec Is The Root Of All Evils,** *Toto Causing* + + **VI. Advantages of Federalism/Parliamentary,** *Dr. Jose Abueva* + + **VII. Sometimes A Great Nation,** *Mar-Vic Cagurangan* + + **VIII. Great Conspiracy,** *Mar-Vic Cagurangan* + + **IX. Of Speech & Life's Riddles,** *Casiano Mayor* + + **X. Bad Start To The Year,** *Rod Garcia* + + **XI. A Dinner Out,** *Rod Garcia* + + **XII. One More Time,** *Roy Gaane* + + **XIII. Musings,** *Ceres Busa* + + **XIV. Value Formation For Good Citizenship,** *Roger Reyes, JMC Nepomuceno, Ramon Gonzales, CDVictory, Mila Marzon* + + **XV. On Being Filipino American,** *John Reyes* + + **XVI. The Monterey Peninsula,** *John Reyes* + + **XVII. The Salaza Fiesta,** *John Reyes* + + **XVIII. Salawikain: Filipino Proverbs,** *John Reyes* + + **XIX. Musikero (The Musician),** *John Reyes* + + **XX. Strange Noises,** *Tatay Jobo Elizes*

Writings 4 Book, 2010 + + **I. The State of Our Nation and Democracy In 2010: Building ' The Good Society" We Want,** *Dr. Jose V. Abueva* + + **II. Assessing Expanded Role of AFP in Nation Building,** *Col.Dennis Acop, Ret.* + + **III. Assessing RP's Security Strategies Alternative Views,** *Col. Dennis Acop, Ret.* + + **IV. The Way We Were,** *Fred Natividad* + + **V. Veterans of Ipo Dam, A Fiction,** *Fred Natividad* + + **VI. A Plea,** *Miguel Reyes Reynaldo* + + **VII. Int'l Youth Bowling, My Impressions,** *Marjorie Ann Elizes Reyes* + + **VIII. Mi Ultimo Adios (My Last Farewell),** *Dr. Jose P. Rizal* + + **IX. Aling Pagibig Sa Tinubuang Bayan,** *Gat. Andres Bonifacio* + + **X. Rekonsilasyun Dula (Reunion in Heaven),** *A Play, Irineo P. Goce (KaPule2 or Leonidas P. Agbayani)* + + **XI. Forgery of Rizal Retraction,** *Irineo P. Goce (KaPule2 or Leonidas P. Agbayani)* + + **XII. Maikling Kasaysayan Ng Malas Na Bayang Pilipinas,** *Ireneo P. Goce (KaPule2 or Leonidas P. Agbayani)*

Writings 13 Book, July 2012 + + 1. From "Criminal" to "Doctor" in Criminal Justice, *Raymundo E. Narag* + + 2. The Essence of Giving, MLMunoz + + 3. My Prescription for Spiritual Life, *Sonja Barbara dL Munoz* + + 4. Anak Ng Prosti, *Pamela Joy Agtoto* + + 5. Ang Kapangyarihan ng Kanyang Pag-ibig, *Percival Campoamor Cruz* + + 6. Ang Tato ni Apo Pule, *Percival Campoamor Cruz* + + 7. Rapture, *Percival Campoamor Cruz* + + 8. Ang Taong Walang Anino, *Percival Campoamor Cruz* + 9. Gender Formula – Boy or Girl, *Tatay Jobo Elizes* + 10. The Single, *Jhackie Eslit Bayobay* + 11. Why I Am Angry, *Jhackie EslitBayobay*, 12. Rules of Living, *Jhackie Eslit Bayobay* + 13. Being Alone, *Jhackie Eslit Bayobay* + 14. Love and Hurt, *Jhackie Eslit Bayobay* + 15. My First Heart Aches, *Jhackie Eslit Bayobay* + + 16. Why the Philippines Need Sex Education, *Reygel Saplad Perales* + +

Solo Authored Books: + + +

Book A, **Turning Points - Empty Dreams,** *Job Elizes Sr,1968 (Reissue 2009)* + + +

Book B, **Be Considerate - Behaviour Issues,** *Tatay Jobo Elizes (Jr), 2009* + + +

Book C, **Piglets Unlimited - Wealth Untapped,** *Tatay Jobo Elizes, 2009* + + +

Book D, **Out of the Misty Sea We Must,** *Cesar Lumba, 2010* + + +

Book E, **Fulfilled** - *Gonzales Reynaldo, Editor, 2010* + + +

Dook F - **Reflections** - *Bert Guiang, 2010* + + +

Book G, **Writings 7 - My Vintage Pics,** *Tatay Jobo Elizes, 2010* + + +

Book H, **May Bagwis Ang Pag-ibig,** *Percival C. Cruz* + + +

Book I, **Letters To Matrimony,** *Irineo Perez Coce, Ka Pule2, 2011* + + +

Book J, **Songs I Wish You Knew,** *Soledad R. Juan, 2011* + + +

Book K, **Make My Day,** *Larry Henares Jr., 1993, Re-issue 2011* + + +

Book L, **Our Guerrero Family,** *Tatay Jobo Elizes, 2010* + + +

Book M, **Joketor 1,** *Tatay Jobo Elizes, 2011* + + +

Book N, **FaveArt 1,** *Tatay Jobo Elizes, 2011* + + +

Book O, **Beyond idle thoughts**, *MLMunoz, Sept,2011* + + +

Book O, **Beyond idle thoughts**, *MLMunoz, Sept,2011* + + +

Book P, **Cracks In The Armor**, *Mariano Ngan, Oct 2011* + + +

Book Q, **FaveArt 2**, *Tatay Jobo Elizes, 2011* + + +

Book R, **Balitang Kutsero,** *Perry Diaz, Jan 2012* + + +

Book S, **FaveArt3**, *Tatay Jobo, 2011* + + +

Book T, **FaveArt4** *,2012, Tatay Jobo* + + +

Book U, **Stack Family Journals**, *Phil & Fe Stack, 2012* + + +

Book V, **Emily, An Adoption Journey**, *Romerl Elizes, 2012* + + +

Book W, **Hermes Alegre Art Gallery**, *TJ & Hermes,* **2012** + + +

Book X, **Masaya Din, Malungkot Din**, *Jovelyn Bayubay Revilla,* **2012** + + +

Book Y, **Tiis, Sipag At Tiyaga**, *Raquel Delfin Padilla,* **2012** + + +

Book Z, **Until I Meet You**, *Jhackie Eslit Bayobay,* **2012** + + +

Book AA, **Buhay At Pag-ibig**, *Argel Lucero Tamayo, 2012* + + +

Book AB, **Hail to the Second Best**, *Dr. Philip Stack, 2012* + + +

Book AC, **Life Bus**, *Mommy Joyce Pineda Faulmino, 2012* + + +

Book AD, **My Candid Musings**, *Monette Dioquino Calugay,* **2012** + + +

Book AE, **Tickets to Life**, *Maria Lourdes Jesalva, 2012* + + +

Book AF, **The Dove Files**, *Mike Portes, 2012* + + +

Please buy online or give a gift in hard copy or kindle edition. All authors and titles are easy to search, trace or find online. Thanks. Self--Publisher Tatay Jobo Elizes

Available at:
www.amazon.com
www,createspace.com

Self-Publisher

To the man who blessed my life,
the father of my daughter,
the daddy of my my boys,
my partner in my second wind-
Thank you,
for teaching me the meaning of unconditional love,
the meaning of trust and correct kindness,
for allowing me to learn patience, submission and humility,
and most of all for making me realize why
 it never worked with anyone else.

.

Artwork by Karlo Barriga

www.ingramcontent.com/pod-product-compliance
Lightning Source LLC
Chambersburg PA
CBHW072306290526
45794CB00002B/546